தலித் மக்களும் கல்வியும்

செ‌ன்னை அடையாறு தியோசாபிகல் சொசைட்டியின் 1894இல் தொடங்கப்பட்ட 'பஞ்சமர் இலவசப் பள்ளி'களின் செயல்பாடுகளை முன்வைத்து.

ஹென்றி ஸ்டீல் ஆல்காட்
கோர்ட்ரைட்

நீலம்

தலித் மக்களும் கல்வியும்

சென்னை அடையாறு தியோசாபிகல் சொசைட்டியின் 1894இல் தொடங்கப்பட்ட 'பஞ்சமர் இலவசப் பள்ளி'களின் செயல்பாடுகளை முன்வைத்து.

ஹென்றி ஸ்டீல் ஆல்காட்
கோர்ட்ரைட்

தொகுப்பாசிரியர்
வே.அலெக்ஸ்

தமிழில்
ஆ.சுந்தரம்

நீலம்

தலித் மக்களும் கல்வியும்
கட்டுரை | ஹென்றி ஸ்டீல் ஆல்காட் – கோர்ட்ரைட்
தொகுப்பாசிரியர் : வே.அலெக்ஸ்
தமிழில் : ஆ.சுந்தரம்
மறுபதிப்பு : செப்டம்பர் 2022
வெளியீடு : நீலம் பப்ளிகேஜன்ஸ், முதல் தளம், திரு காம்ப்ளக்ஸ், மிடில்டன் தெரு, எழும்பூர், சென்னை 600008.
அட்டை வடிவமைப்பு : திலிப்குமார் சங்கரலிங்கம்
நூல் வடிவமைப்பு : சிவராஜ் பாரதி
விலை ரூ.110.00

Dalith Makkalum Kalviyum
Hendry Steel Olcott - Mrs. Courtright
Compiled by V.Alex
Translated by A.Sundaram
Re Print : September 2022
Published By NEELAM PUBLICATIONS,
1st floor, Thiru Complex, Middleton street, Egmore, Chennai - 600008.

Cover Art : Thilipkumar Sankaralingam

Email : editor.neelam@gmail.com
Mobile : +91 63698 25175
INR : 110
ISBN : 978-93-94591-01-1

Neelam Monthly Magazine & Subscription - www.theneelam.com
Neelam Online Store - www.neelambooks.com

தலித் மக்களின் கல்வி வளர்ச்சிக்கு வித்திட்ட

அருள்திரு ஆண்ட்ரு

அருள்திரு கௌடி

அருள்திரு ஜான் ரெத்தினம்

பெருந்தலைவர் எம்.சி.ராஜா

சுவாமி சகஜானந்தா

ஆகியோரின் நினைவிற்கு

பொருளடக்கம்

பதிப்புரை 8

1. தன்னேரில்லாத விண்ணப்பம் 13

2. பறையர் வரலாறு 19

பின்னிணைப்பு

பறையரை யாம் எங்கனம் பயிற்றுவிக்கிறோம் 63

தென்னிந்தியப் பறையர்கள் 93

பதிப்புரை

எமது 'தலித் வரலாற்று நூல் வரிசை'யில் வெளிவரும் மூன்றாவது நூல் 'தலித் மக்களும் கல்வியும்'. இத்தொகுப்பில் இரண்டு நூல்களும் ஒரு கடிதமும் ஒரு நாட்குறிப்பும் தொகுக்கப்பட்டுள்ளன.

ருஷ்யாவைச் சேர்ந்த ஹெலினா பெட்ரோவ்னா பிளாவட்ஸ்கியும் (1831–1891) அமெரிக்காவைச் சேர்ந்த கர்னல் ஹென்றி ஸ்டீல் ஆல்காட் அவர்களும் (1832–1907) இணைந்து தியோசாபிகல் சொசைட்டி (Theosophical Society) என்ற அமைப்பை நியூயார்க்கில் நவம்பர் 11, 1875ஆம் ஆண்டில் நிறுவினர். இதன் இந்தியக் கிளையை 1879இல் பம்பாயில் அமைத்தனர். 1882இல் தியோசாபிகல் சொசைட்டியின் தலைமைச் செயலகத்தைச் சென்னைக்கு மாற்றினர். ஆல்காட் அவர்கள் அமெரிக்க இராணுவத்தில் கர்னலாகப் பணியாற்றியவர், அமெரிக்கக் கறுப்பின மக்களின் சிவில் உரிமைகளுக்காகப் போராடியவர், பௌத்த சமயப் பற்றாளர். சமூகத்தில் நிலவும் ஏற்றத்தாழ்வுகளுக்குக் 'கல்வி' மட்டுமே நிரந்தரத் தீர்வாக அமையும் என அவர் நம்பினார். அதனால், ஒடுக்கப்பட்ட மக்களின் முன்னேற்றத்திற்காக, குறிப்பாக அவர்களது குழந்தைகளுக்குக் கல்வி அளிப்பதில் முன்னோடியாகத் திகழ்ந்தார். 1894ஆம் ஆண்டில் தீண்டத்தகாதவர் பிள்ளைகளுக்காகப் பிரத்தியேகப் பள்ளிகளைச் சென்னையில் தொடங்கினார். ரெவரண்ட் ஜான் ரெத்தினம், அயோத்திதாஸ் பண்டிதர், இரட்டைமலை சீனிவாசன் போன்ற ஒடுக்கப்பட்ட மக்கள் தலைவர்களுடனான நட்பு ஒடுக்கப்பட்டவர்கள் சார்பான அவரது செயல்பாட்டிற்குத் தூண்டுகோலாக அமைந்தது.

கர்னல் ஆல்காட் அவர்களுக்கு 08 ஜுன் 1898 நாளிட்ட ‘தன்னேரில்லாத விண்ணப்பம்’ (A Unique Petition) என்ற பெயரில் பண்டிதர் அயோத்திதாசர் ஆங்கிலத்தில் எழுதிய கடிதம் இந்நூலின் முதல் ஆவணமாகச் சேர்க்கப்பட்டுள்ளது. அக்கடிதத்தில் அவர் ‘பறையரின மக்கள் பௌத்த மதத்தைச் சேர்ந்தவர்கள்’ என்றும் ‘பிராமணர்களால் இவர்கள் வீழ்த்தப்பட்டனர்’ என்றும் வரலாற்றை விரிவான ஆதாரங்களுடன் விளக்கி, இவர்களின் உயர்விற்கு உதவும்படி வேண்டுகின்றார். இக்கடிதத்திற்கான பதிலை ஆல்காட் அவர்கள் தமது ‘பறையர் வரலாறு’ (The Poor Pariah) என்ற நூலில் குறிப்பிடுகின்றார். இக்கடிதத்தைப் படித்த பின்பு ஆல்காட் அவர்களின் நூலுக்குள் செல்வது பயனுடையதாக இருக்கும்.

பத்தொன்பதாம் நூற்றாண்டின் பிற்பகுதியில் தலித் மக்களுக்குக் கல்வி வழங்கவேண்டும் என்ற உயரிய நோக்கில் 1894ஆம் ஆண்டில் ‘பஞ்சமர் இலவசப் பள்ளிகளை’ சென்னை அடையாறில் உள்ள தியோசாபிகல் சொசைட்டியின் நிறுவனர் கர்னல் ஆல்காட் தொடங்கினார். இப்பள்ளிகளைத் தொடர்ந்து நடத்துவதற்குத் தேவையான நிதி வேண்டித் தன் நண்பர்களுக்காக 1902ஆம் ஆண்டில் ‘பஞ்சமர் இலவசப் பள்ளி’களின் செயல்பாடுகளைப் பற்றிய ஓர் அறிக்கையை அவர் தியோசாபிகல் சொசைட்டியின் வெளியீடாகப் பதிப்பித்த நூல் ‘பறையர் வரலாறு’ (The Poor Pariah). இந்நூலில் அவர் தமது பள்ளியில் பயிலும் மாணவர்களின் குடும்ப, சமூக, சமயப் பண்பாட்டுப் பின்னணி போன்றவற்றையும் அவர்கள் எவ்வாறு ஒடுக்கப்பட்டவர்கள் ஆனார்கள் என்பதையும் விளக்குகின்றார்.

ஒடுக்கப்பட்ட மக்கள் பௌத்த மரபைச் சார்ந்தவர்கள் என்பதை ஏற்று அவர் அயோத்திதாசப் பண்டிதருக்கு உதவி செய்ய முன்வந்தார். அதற்கு ஆதாரமாக மதுரை மீனாட்சி அம்மன் கோயில் குளத்தைச் சுற்றி வரையப்பட்டிருந்த ஓவியங்களில் சமணர்கள் கழுவேற்றக் காட்சியை, ஓர் ஓவியரை வைத்து வரைந்து இந்நூலில் பதிப்பித்துள்ளார். பறையரின் நிலையை விளக்குவதற்கு அவர் முன்னாள் கலெக்டர் திரு.திரமென்ஹீர் அவர்களின் ‘செங்கல்பட்டு மாவட்டப் பறையரின மக்களைப் பற்றிய குறிப்புகள் (பார்க்க: எமது பதிப்பகத்தின் முதல் வெளியீடு ‘பஞ்சமி நில உரிமை’) என்ற புகழ்பெற்ற அறிக்கையிலிருந்தும் அருள்திரு வில்லியம் கௌடி அவர்களது கட்டுரைகளிலிருந்தும் பல மேற்கோள்களைக் காட்டுகின்றார். பத்தொன்பதாம் நூற்றாண்டில் தலித் மக்களின் கல்விக்கான முன்னோடிகளில் ஒருவராகத் திகழும் கர்னல் ஆல்காட் அவர்களது ‘பஞ்சமர் இலவசப் பள்ளிகள்’ நூற்றாண்டுகளைக்

கடந்தும் செயல்பட்டு வருகின்றன. 1902இல் வெளிவந்த இந்நூல் தலித்துகளுக்குக் கல்வி கிடைத்த வரலாற்றுடன் அவர்களது சமூகப் பண்பாட்டு அரசியல் தளங்களில் விரிவான பல விடயங்களையும் தொட்டுக் காட்டுகின்றது. இந்நூலை 'ஏழைப் பறையன்' என்று மொழிபெயர்ப்பதை விட 'பறையர் வரலாறு' என்று குறிப்பிடுவது பொருத்தமுடையதாக இருக்கும்.

இத்தொகுப்பின் மூன்றாவது ஆவணமாக 1906ஆம் ஆண்டில் மினர்வா வெளியீடு பதிப்பித்த திருமிகு.கோர்ட்ரைட் (Mrs.Court right) அவர்கள் எழுதிய 'பறையரை யாம் எங்ஙனம் பயிற்றுவிக்கிறோம்' (How we Teach the Pariah) என்ற நூல் இடம்பெறுகிறது. கோர்ட்ரைட் அவர்கள் 'தியோசாபிகல் சொசைட்டி', 'பஞ்சமர் இலவசப் பள்ளி'களின் மேலாளராகப் பணியாற்றியவர். அவர் தம் பணிக்காலத்தில் இப்பள்ளிகளில் மாணவர்களுக்குக் கற்பிக்கப்படும் பாடத்திட்டங்களையும் அவற்றைப் பயிற்றுவிப்பதில் ஆசிரியர்கள் மேற்கொள்ள வேண்டிய நடைமுறைப் பயிற்சிகள் குறித்த முறைமைகளையும் விரிவாக இந்நூலில் குறிப்பிடுகிறார். அந்நாட்களில் இந்நூல் மாணவர்களைக் காட்டிலும் ஆசிரியர்களுக்கு அதிகப் பயனுள்ளதாக விளங்கியிருக்கும்.

இந்தியக் கல்வித் திட்டத்தில் குறிப்பாக ஆசிரியர்களுக்கான பயிற்சி முறையில், அவர் வியந்து குறிப்பிடும் குறைகளுள் ஒன்று 100 ஆண்டுகளைக் கடந்தும் இன்றும் தொடர்கிறது. அதனை அவர் பின்வருமாறு குறிப்பிடுகிறார்.

"என்னுடைய அனுபவத்தைப் பொறுத்தமட்டிலும் சில இடங்களில் ஜெர்மனியிலும் மற்றும் அமெரிக்காவிலும் மட்டுமே வரையறுக்கப்பட்ட காலவரம்பில் இளைஞர்கள் பயிற்சி பெற்று ஆசிரியர்களான பின்னரும் அவர்களுக்குக் கூடுதலான பயிற்சியளிக்கப்படுகிறது. சென்னையிலோ அங்கீகரிக்கப்பட்ட ஓர் ஆசிரியர் பயிற்சி பள்ளியிலோ ஓராண்டு காலம் மட்டுமே பயிற்சிப் பெற்றுச் சான்றிதழை இளைஞர்கள் பெறுகிறார்கள். அச்சான்றிதழ் அவர்களை வாழ்நாள் முழுவதும் கற்பிக்கத் தகுதி உள்ளவர்களாக அங்கீகரிக்கிறது! இம்முறை இந்தியாவில் வழக்கிலிருக்கும் கல்வி முறைகளின் மிகப் பெரியதொரு பலவீனத்தைக் குறிப்பிடுவதாக எனக்குத் தோன்றுகிறது. இளைஞர்கள் மிக இளம் பருவத்திலேயே பிடிக்கப்பட்டு மேலெழுந்தவாரியாக ஓராண்டு காலம் கொடுக்கப்படும் பயிற்சியின் மூலம் சீரமைக்கப்பட்டு ஒரு நற்சான்றிதழ் கொடுக்கப்படுகிறார்கள். பின்னர் மறக்கப்பட்டு விடுகிறார்கள்.

உண்மையாக மாணவர்களின் நலனில் அக்கறை கொண்டவர்கள் சிந்திக்க வேண்டிய கருத்து இது. அதிலும் குறிப்பாக ஒடுக்கப்பட்ட மாணவர்களுக்குக் கற்பிக்கும் ஆசிரியர்கள் சிறப்புக் கவனத்துடன் அவர்களுக்குக் கற்பிக்க வேண்டிய அவசியத்தை கோர்ட்ரைட் உணர்த்துகிறார். 100 ஆண்டு பழமையான நூலாக இருந்தாலும் கோர்ட்ரைட் குறிப்பிடும் பல பயிற்சி முறைகள் இன்றும் பயன்பாட்டிற்கு ஏற்றதாக இருக்கும் என்றே தோன்றுகிறது.

நான்காவது ஆவணம். பின்னிணைப்பாக ஆல்காட் அவர்களது நாட்குறிப்பிலிருந்து ('Old Diary Leaves', Six series 1896 - 1898) பண்டிதர் அயோத்திதாசர் தம்மைச் சந்தித்ததைப்பற்றியும் அவர்களது வேண்டுகோளின்படி இலங்கை சென்று பௌத்த தீட்சை பெற்ற நிகழ்வுகளைப் பற்றியும் குறிப்பிடும் 'தென்னிந்தியப் பறையர்கள்' என்ற நாட்குறிப்பு இணைக்கப்பட்டுள்ளது. இந்நிகழ்வைப் பண்டிதரும் குறிப்பிட்டுள்ளார். ஆல்காட்டின் பதிவுகளிலிருந்து கூடுதலான விவரங்களையும் இலங்கைத் தீவில் தியோசாபிகல் சொசைட்டியின் செயல்பாடுகளையும் ஆல்காட் எதிர்கொண்ட அமைப்பு ரீதியான பிரச்சனைகளையும் மிக வெளிப்படையாக இக்கட்டுரையிலிருந்து நாம் அறியமுடிகிறது.

90களின் தொடக்கத்தில் தலித் வரலாற்று ஆவணங்களைத் தொகுக்க நான் மேற்கொண்ட முயற்சிகளின்போது ஆல்காட் அவர்களது நூலை அடையாறு நூலகத்திலிருந்து பிரதியெடுக்க உதவினர். ஆனால், 'பறையரை யாம் எங்ஙனம் பயிற்றுவிக்கிறோம்' என்ற நூலின் தலைப்பை மட்டும் வைத்துக்கொண்டு இந்நூல் ஆல்காட் அவர்கள் எழுதி, தியோசாபிகல் சொசைட்டி வெளியிட்டது என்ற தவறான புரிதலில் தேடியதின் விளைவு சுமார் 15 ஆண்டுகளுக்கும் மேலாகத் தேடுதல் தொடர்ந்தது. பேராசிரியர் தயானந்தன் வழிகாட்டியதால் கன்னிமாரா நூலகத்தில் சில ஆண்டுகளுக்கு முன் கிடைத்தது இந்நூல்.

திரு.சி.கோஃபல் எழுதிய 'பஞ்சமர் இலவசப் பள்ளிகளின் ஆண்டறிக்கை' பல ஆண்டுகள் தேடுதல் முயற்சிக்குப் பின்னும் என் கைக்குக் கிடைக்கவில்லை. அதனை இத்தொகுப்பில் சேர்க்க இயலவில்லை. 6 பக்க அளவிலான அந்த அறிக்கையும் இத்தொகுப்பில் இணைத்திருந்தால் நிறைவாய் இருந்திருக்கும்.

இந்நூலை எளிய தமிழில் மொழியாக்கம் செய்து உதவிய அய்யா ஆ.சுந்தரம், மொழியாக்கத்தை மூலப்பிரதியுடன் ஒப்புநோக்கிச்

செழுமைப்படுத்திய பேரா.மோகன், கல்யாண சுந்தரம், தமிழ்ப் பிரதியைப் படித்து மேம்படுத்த உதவிய பேரா.அழகரசன் (ஆங்கிலத்துறை, சென்னைப் பல்கலைக்கழகம்) மெய்ப்புத் திருத்திய பறம்பை அறிவன், தியோசாபிகல் சொசைட்டி 'பஞ்சமர் பள்ளி' நிழற்படத்தை மீள்பதிவு செய்துகொடுத்த சென்னை ஓவியக் கல்லூரி ஆசிரியர் திரு.ராஜீ, ஓவியக் கல்லூரி முதல்வர் திரு.சந்ரு மாஸ்டர், வடிவமைப்பில் உதவிய நண்பர் சண்முகம், அழகுற அச்சிட்ட அச்சகத்தினர் அனைவருக்கும் என் நன்றி.

வெ.அலெக்ஸ்

தொகுப்பாசிரியர்

1

தன்னேரில்லாத விண்ணப்பம்
(UNIQUE PETITION)

பெறுநர்:

கர்னல் H.S.ஆல்காட் F.T.S
அடையாறு, மெட்ராஸ்

அன்பிற்குரிய அருளாளர் அய்யா!

எமது சமுதாயத்தில் கல்விகற்ற பலரின் வேண்டுகோளின்படி கீழே குறிப்பிடப்பட்டுள்ள எங்களது குறைகளைத் தங்கள் கவனத்திற்குக் கொண்டுவர விழைகிறேன். நாங்கள் அனுபவிக்கும் குறைபாடுகள் யாவும் சயம் சார்ந்தவையாகவும் உயர்சாதி மனிதர் என்று தங்களை அழைத்துக்கொள்வோரினாலும் ஏற்படுகின்றன. தாங்கள் இக்காரியத்தில் தங்களுடைய அறிவுசார்ந்த ஆலோசனையை வேண்டி இவ்விண்ணப்பத்தைச் சமர்ப்பிக்கிறேன்.

இம்மாகாணத்தில் புத்த சமயத்திற்கு உயிரூட்ட வேண்டும் என்பது எங்களது பேரார்வமிக்க விருப்பமாகும். கிராமங்களில் பிராமணர்கள் நடத்தப்படுகின்ற விதம் பற்றிக் கீழே தரப்பட்டுள்ள விளக்கம் தற்போது பஞ்சமர்கள் என்று அழைக்கப்படும் மக்களின் முன்னாளைய சமூக சமய நிலையைத் தாங்கள் உணர உதவுவதோடு மேலே குறிப்பிடப்பட்டுள்ள எமது விருப்பம் எத்துணை நியாயமானது என்பதனையும் எடுத்துக்கூறும்.

ஆரம்ப காலத்தில் திராவிடர்கள் என்றழைக்கப்பட்ட எம் மக்கள் வாழும் சிற்றூர்களிலும் தெருக்களிலும் பிராமணர்கள் என்று அறியப்பட்டவர்கள் நுழைந்தாலே அவர்கள் மிகுந்த அவமானகரமான முறையிலும் பெரும் குழப்ப ஆரவாரத்திற்கிடையிலும் அவ்விடத்தைவிட்டு வெளியேற்றப் பட்டனர். அவர்கள் காலடிபட்ட மண் கூட தீட்டுப்பட்டுவிட்டது என்ற அடிப்படையிலேயே இந்து உயர்சாதி மனிதர்களால் பிராமணர்கள் துரத்தியடிக்கப்பட்டார்கள். பிராமணர்கள் நடந்து வந்ததால் ஏற்பட்டுவிட்ட தீட்டை நீக்குவதற்காக, அவர்கள் நடந்து வந்த பாதைகளை மாட்டுச் சாணத்தால் மெழுகி, மெழுகுவதற்காகப் பயன்படுத்தப்பட்ட கலயங்களை நகர்ப்புறத்திற்கு வெளியே தூக்கியெறிந்து விடுவார்கள்.

இதுபோன்ற வழக்கம் ஒரு மனிதர் இறந்துவிட்டால் இறந்தவரின் வீட்டிலிருந்து அவரது சடலம் அப்புறப்படுத்துவதற்குச் செய்யப்படும் சடங்குமுறையை ஒத்தது ஆகும். இந்த மக்கள் (பஞ்சமர்கள்) பிராமணர்களின் தெருக்களுக்குள் நுழைந்தால் அவர்கள் துரத்தியடிக்கப்படுவார்கள்; ஆனால் செருப்பு தைப்பவர், வண்ணார், தோட்டி, முடிதிருத்துவோர் போன்றவர்கள் பிராமணர்களோடு தாராளமாக உரையாடவும் அவர்களது வீடுகளுக்குள் நுழையவும் அனுமதிக்கப்படுவார்கள். உயர்சாதி மனிதர் என்று அழைக்கப்படுகிறவர்கள் இக்காட்சியைக் காணுகையில் எரிச்சலடைந்து அவர்களைப் பழித்துரைக்கத் தொடங்குவார்கள். சமூக அடிப்படையில் அவர்களைக் கீழ்மட்டத்திலேயே வைத்திருக்க அவர்கள் முயற்சி செய்வார்கள். இவ்விரு இனத்தவருக்கும் இடையே உள்ள வெறுப்பு இவ்வாறுள்ளது.

இத்தகைய ஒழுங்கீனமான செயல் காலகாலமாக நிலவிக்கொண்டு வருகிறது. என்னால் முடிந்த அளவில் இவ்விரு இனங்களுக்கிடையே இருந்துவரும் இத்தகைய பகை உணர்வுக்கான காரணம் யாது என்று ஆய்வு செய்யத் தலைப்பட்டேன். ஒருமுறை கோயம்புத்தூர் மாவட்டத்தில் நான் பயணம் செய்துகொண்டிருந்த போது தமிழ் ஓலைச்சுவடிகள் அடங்கிய ஒரு கட்டு என் கையில் கிடைத்தது. அவ்வேடுகளில் 570 பாடல்கள் அடங்கிய ‘நாரதிய புராணச் சங்கைத் தெளிவு’ எனும் ஓலைச்சுவடியைக் கண்டேன். காக்கைபாடினியார், நல்லூராண்டார் எனும் துறவிகள் அஷ்வகோஸர் என்ற ஞானியிடம் ஒரு பாடல் பற்றிக் கேட்ட கேள்விகளுக்கு விடையாக அவர் எழுதிய அப்பாடலின் விளக்கத்தைக் கண்டேன்.

ஒரு காலத்தில் நெருப்பை வணங்கிவந்த புருசேக்கா எனும் மக்களினத்திற்கும் வங்க நாட்டினருக்கும் பெரும் போர் மூண்டது.

இப்போரின் முடிவில் புருசேக்க நாட்டினர் தோல்வி கண்டு அவர்கள் வாழ்ந்த நாட்டை விட்டு ஓடி சிந்தூரரால் நதிக் கரையோரம் புகலிடம் தேடிச்சென்று நாளடைவில் திராவிட நாட்டிற்குள் நுழைந்து, அங்கு துவக்கத்தில் பிச்சைக்காரர்களாக வாழ்க்கையைத் தொடங்கினார்கள். திராவிடர்களின் நாகரிகம், பழக்க வழக்கங்கள் மற்றும் நற்குணங்கள் ஆகியவற்றைக் கண்டு அவர்களோடு இம்மக்களும் இரண்டறக் கலக்கத் தொடங்கினார்கள்.

பூர்வீகத் திராவிடர்கள் ஆந்திரா, கர்னாடகா, மகாராஷ்டிரா போன்ற திராவிட ராஜ்ஜியங்களாகப் பிரிந்திருந்தாலும் அவர்களுக்குள் திருமண உறவுகளும் எவ்வித வேறுபாடுமின்றி ஒருவரோடு ஒரு ஐக்கிய விருந்தில் கலந்துகொள்ளும் வழக்கமும் இருந்தன.

தத்துவஞானிகள் மற்றும் தலைசிறந்த மனிதருடைய கல்லறைகளின் மேல் மடங்கள் (monasteries) நிருவப்பட்டு அவை தென்காசி மடம், புத்தூர் மடம், திருப்புலி மடம் என்று அழைக்கப்பட்டன. இப்புனித வீடுகளில் திராவிட யோகிகள் வாழ்ந்து பவுத்த சமயத்தைப் போதித்து வந்தனர். இந்த யோகிகள் மனிதரின் மீட்புக்காக உழைத்து வந்தபடியால் ஏனைய சமூக வகுப்பினரிடமிருந்து (சத்திரியர், வியாபாரிகள், விவசாயிகள்) தங்களை வேறுபடுத்திக் காட்டுவதற்காகப் புனிதநூலை (sacred thread) அணிந்திருந்தனர். புனிதநூலை அணிந்திருந்த இவர்கள் முன்பு மற்றவர்கள் தெண்டனிட்டுப் பணிந்து மரியாதை செலுத்தி வந்தனர்.

திராவிடருடைய நாட்டிற்குள் புதிதாகக் குடியேறியவர்கள் திராவிடரின் ஒற்றுமையையும் பண்பாட்டையும் நாள்தோறும் கவனமாகக் கூர்ந்து நோக்கியதன் விளைவாகப் போர் மூலமாகவோ அல்லது வேறு எவ்வகையான தந்திரங்களாலோ வெல்வது இயலாத காரியம் என்று எண்ணலாயினர். தாங்கள் பேசிவந்த சாவகம் என்னும் மொழியைக் கூட மறக்கத் தொடங்கித் தாங்கள் வாழ்ந்த நாட்டில் பரவலாகப் பேசப்பட்ட ஆந்திரா மற்றும் திராவிட மொழிகளைக் கற்றுக்கொள்ளத் தொடங்கினர். காவி உடைகளை அணிந்து தங்களைத் துறவிகளைப் போல காட்டிக் கொண்ட கல்வி அறிவற்ற மக்களிடமும் குறுநில மன்னர்களிடமும் “நாங்கள் பிராமணர்கள், நாங்கள் அர்ச்சகர்கள்; நீங்கள் எல்லாரும் எங்களுக்குக் கீழ்ப்படிய வேண்டும்; நாங்கள் கேட்பதையெல்லாம் நீங்கள் தரவேண்டும். சாஸ்திரங்கள் இவ்வாறு கட்டளையிடுகின்றன” என்று சொல்லி வந்தார்கள். பின்னர் கல்வி அறிவற்ற பாமரர்களிடம்போய் திராவிடர்களின் மொழியிலிருந்தே அவர்கள் தங்கள் விருப்பத்திற்கேற்பத் தெரிந்துகொண்ட சில ஸ்லோகங்களை அவர்களுக்குக் கற்றுக் கொடுக்கலாயினர்.

நெருப்பை வணங்கிய இப்பிராமணர்களின் தந்திரங்களையும் ஆள்மாறாட்டத்தையும் உய்த்துணர்ந்த திராவிட ஞானிகள் பிராமணர்கள் தம் இனத்தையே ஏமாற்ற முற்பட்டிருப்பதை உணர்ந்தார்கள். பிராமணர்களின் கொடுஞ்செயலுக்குத் தண்டனையாக அவர்களைப் பிடித்து அடித்து அவ்வட்டாரத்தை விட்டே துரத்திவிடுவதுண்டு. எனவே இதுபோன்ற செயலில் ஈடுபட்ட பிராமணர்கள் இரண்டு அல்லது மூன்று திராவிடர்கள் இணைந்து போவதையும் கண்டால் திராவிட சஞ்ஞியாசிகளிடம் போய்ச் சொல்லி விடுவார்கள் என அஞ்சி 'பறையர் போகிறார்கள்', 'பறையர் வருகிறார்கள்' என்று உரக்கக் கத்துவதுண்டு. செய்தி அறிவிப்பவர்கள் போகிறார்கள் என்று தொடக்கக் காலத்தில் பொருள் தந்த 'பறைய வருகிறார்கள்' எனும் சொல் காலவழக்கில் அவர்களுடைய எதிரிகளால் 'பறையர்' என்று சுருக்கப்பட்டு அதன் காரணமாகக் கீழ்ச்சாதியைச் சேர்ந்த மனிதன் எனும் அர்த்தம் கொள்ளும் சொல்லாக மாறிவிட்டது.

தந்திரமான இந்தப் பிராமணர்கள் கல்வியறிவற்ற மக்கள் மற்றும் குறுநில மன்னர்களின் ஆசைகளைத் தூண்டிவிட்டு மடங்களை அழிக்கத் தொடங்கினார்கள். கௌதம புத்தரின் போதனைகள் அடங்கிய நூல்களை எல்லாம் எரித்தார்கள். அத்தோடு மனநிறைவடையாமல் திராவிடத் துறவிகளையும் அவர்தம் பின்னடியாரையும் துரத்தி அவர்களை அவமானப்படுத்தி; 'பறையர்' என்று பெயரிட்டு வாழ்வதற்குக்கூட இடமளிக்காமல் துரத்திவிட்டனர்.

அஸ்வகோஷருடைய விளக்கத்தை நான் படித்தபோது பறையர்கள் என்று தவறாக அழைக்கப்பட்டிருந்த இவர்கள் முன்னொரு காலத்தில் பௌத்த தர்மத்தைப் பின்பற்றியவர்கள் என்பதை உணர்ந்துகொண்டேன். பறையர்கள் என்று அழைக்கப்படுகிற இம்மக்களின் இலக்கியங்களை ஆய்வு செய்யத் தொடங்கியபோது புத்தரின் பெயரை எங்காவது ஓரிடத்தில் பயன்படுத்தியிருக்கிறார்களா என்று தேடிப் பார்த்தேன். புத்தரின் போதனைகள் அடங்கிய ஒரு நூலுக்கு, 'புத்தகம்' என்னும் தலைப்பிட்டு இருப்பதையும் குறள், ஆத்திச்சூடி, கொன்றைவேந்தன் போன்ற நூல்களும் சிந்தாமணி, சிலப்பதிகாரம், வளையாபதி, குண்டலகேசி, மணிமேகலை ஆகிய ஐந்து காவியங்களிலும் தொல்காப்பியம், அகத்தியம், நன்னூல் மற்றும் பன்னிரண்டு நிகண்டுகளிலும் பௌத்தஞானம் பற்றிக் குறிப்பிடப்பட்டிருந்தையும் அவை ஒவ்வொன்றின் ஆரம்பப் பாடல்களிலும் புத்தரைப் போற்றுவதாக இருந்தன என்பதையும் கண்டேன்.

இவற்றிலிருந்து மிகத் தெளிவாகத் தெரிகின்ற உண்மையாதெனில் பறையர்கள் என்று அழைக்கப்படுகிறவர்கள் முற்காலத்தில் பௌத்த

சமயத்தைத் தழுவியிருந்தார்கள். அகஸ்தியரால் எழுதப்பட்ட மருத்துவ நூல்களும் போகர், பூலிப்பனி, தன்வந்திரி போன்றவர்கள் எழுதிய மருத்துவ நூல்களும் அச்சுக்கலை அறிமுகப்படுத்துவதற்கு முன்புவரை எழுத்து வடிவத்திலேயே அவர்களால் பாதுகாத்து வைக்கப்பட்டிருந்தன. இது மாத்திரமல்லாமல் முதலாம் புத்தரின் போதனைகள் அடங்கிய பகவத்கீதை என்றழைக்கப்படும் அருங்கலை முதலிய நூல்களையும் கற்று யோகசதனம் என்பதையும் அன்றாட வாழ்வில் பின்பற்றி வந்தனர்.

மேலே தரப்பட்டுள்ள உண்மையில் இருந்து எமது மக்கள் புத்த மதத்தைத் தழுவியிருந்தனர் என்றும் இப்பொழுது எமது மக்கள் பௌத்த மதத்திற்கு அதன் தூய்மையான வடிவத்திற்கு எப்படித் திரும்புவது என்பதைத் தெரிந்துகொள்ளும் ஆசையில் இருக்கிறார்கள் என்றும் தங்களுக்குத் தெரிவிக்க விரும்புகிறோம். ‘திராவிடப் புத்த சங்கம்’ எனும் பெயரில் ஒரு சங்கத்தை நிறுவி அதனைக் கருவியாகக்கொண்டு மாதந்தோறும் பௌத்த இலக்கியத்தில் காணப்படுகிற கௌதம புத்தரின் போதனைகளை மிகப் பரவலாக மக்கள் படித்துப் பயனடையும் வகையில் வெளியிடத் திட்டமிட்டுள்ளோம்.

இம்முறையில் பல நூற்றாண்டுகளாகத் தரையிலுள்ள தூசிகளாக எம்மை நசுக்கிவைத்துள்ள இந்து மதத்தின் சமூக அமைப்பாகிய சாதிமுறையால் எங்களுக்கு மறுக்கப்பட்டு வந்த, குடும்ப நலனுக்குத் தேவையான சௌகரியங்களையும் எவராலும் தடுக்க முடியாத தனி மனிதச் சுதந்திரத்தையும் எமது சொந்த முயற்சியினாலேயே வெல்ல முடியும் எனவும் நாங்கள் கருதுகிறோம்!

எனவே என்னுடைய இனத்திலுள்ள கல்வி அறிவு பெற்ற அனைவரின் வேண்டுகோளின்படி எங்களுடைய முயற்சிகளுக்கு நீவிர் ஆதரவளிக்கவும் குற்றமற்ற எமது நோக்கினை நாங்கள் நிறைவேற்றுவதற்குரிய ஆலோசனையைத் தரவும் பணிந்து வேண்டுகிறேன்.

ராயப்பேட்டை, மெட்ராஸ் — தங்கள்
ஜூன் 08, 1898 — கீழ்ப்படிதலுள்ள

(பண்டிதர் அயோத்திதாஸ்)

(from Journal of the Mahabodhi Society, Vol.vii, No.3, pp. 23-24.)

ஹென்றி ஸ்டீல் ஆல்காட்

பறையர் வரலாறு
(The Poor Pariah)

ஹென்றி ஸ்டீல் ஆல்காட்

தமிழில்
ஆ.சுந்தரம்

2

பறையர் வரலாறு
(The Poor Pariah)

இந்தியச் சமூகத்தால் புறம் தள்ளப்பட்டுள்ள மக்களின் சமூகநிலை துயரம் நிறைந்தது. மனிதன் வேறொரு மனிதனிடம் மனித் தன்மையற்ற வகையில் நடப்பதற்கான மற்றுமொரு எடுத்துக்காட்டு இது. அந்த நாட்டிலுள்ள மேல்சாதியினர் மீது படிந்துள்ள கறை இது. மகிழ்ச்சியற்றுக் கலங்கும் சகமாந்தர் மீது பரிவுகாட்டக் கூடியவர்களுக்கு இந்நிலை ஒரு அழைப்பு விடுக்கின்றது. சமூகப் புறக்கணிப்பை வெளிப்படுத்துவதற்காகப் பரவலாகப் பயன்படுத்தப்படும் பறையன் எனும் சொல்லைத்தவிர இந்தியாவுக்கு வெளியே வாழ்பவர்களுக்குப் பறையன் என்றழைக்கப்படும் இனத்தைப் பற்றி எதுவுமே தெரியாது. அவர்கள் யார் என்பதும் எத்தனை பேர் அவ்வினத்தவர் என்பதும் அவர்கள் சமூகத்தால் புறக்கணிக்கப்பட்டவர்களாக மாறியது எங்ஙனம் என்பதும் எவருக்குமே தெரியாது. இந்தியாவில் குடியிருக்கும் ஐரோப்பியர்களில் பெரும்பான்மையோருக்கு இவர்களைப் பற்றி ஒன்றுமே தெரியாது; இவர்களைப் பற்றி அவர்கள் அக்கறைப்படுவதும் கிடையாது.

இந்துக்களல்லாதோரிடையே இம்மக்களைப் பற்றி நன்கறிந்தவர்கள் இருவகையினர் நிர்வாகப் பணிகளின் காரணமாக இம்மக்களுடன் தொடர்புகொள்ளும் நிலையிலுள்ள அரசுப்பணியாளர்களும் கிறித்தவ அருள் தொண்டர்களும் மட்டுமே. கிறித்தவ அருள்தொண்டர்களின் சமயத்தைத் தழுவியுள்ளோர் இவ்வினம் சார்ந்த மக்களேயாவர். சமூகத்தால் புறந்தள்ளப்பட்டுள்ள இம்மக்களுக்குச் சிறு நன்மை செய்யும் நோக்கத்துடன் சில உண்மைகளைத் தொகுத்து வழங்குவதே இச்சிறு அறிக்கையின் (pamphlet) நோக்கமாகும்.

இந்தியா முக்கோணவடிவில் அமைந்த ஒரு தீபகற்பமாகும். அதன் வட எல்லையில் திபெத்தும் இரு கரைகளிலும் கடலும் எல்லைகளாக உள்ளன. அதன் மொத்த நிலப்பரப்பு 1,474,910 சதுர மைல்களாகும். அதன் மக்கள்தொகை 300,000,000 ஆகும். இது உலக மக்கள் தொகையில் ஐந்திலொரு பகுதியாகும். அந்நாட்டின் மக்கள் 276 முறைகளில் (dialects) வழங்கப்பெறும் 243 மொழிகளைப் பேசுகிறார்கள். அவர்கள் 147 இனங்களாகப் பிரிக்கப்பட்டுள்ளார்கள்.

இந்தியா பல்வேறு நிர்வாக மாநிலங்களாகப் (provinces) பிரிக்கப்பட்டுள்ளது. சில மாகாணங்கள் (presidencey) என அழைக்கப்படுகின்றன. அவற்றுள் ஒன்றான சென்னை மாகாணத்தில்தான் நான் வாழ்கிறேன்; அம்மாநிலத்தைப் பற்றியே நான் எழுதவிருக்கிறேன். சென்னை மாநிலத்தின் பரப்பளவு 1,68,312 சதுர மைல்களாகும். சுதேச சமஸ்தானங்களை உள்ளடக்கிய இம்மாநிலத்தின் மக்கள்தொகை சுமார் 38,000,000 ஆகும். இவர்களுள் ஒடுக்கப்பட்ட* இனங்களாகிய பறையர் மற்றும் ஏனைய தாழ்ந்த சாதியினர் 6,028,796 பேர்களாவர். இவர்களைத் தொடுவதே கூட உயர்ந்த சாதியினரைத் தீட்டுப்படுத்தும். அவர்களது நிழல்பட்டால் கூட உணவும் தண்ணீரும் கூட தீட்டாகிவிடும். எளிய, மகிழ்ச்சியற்ற வெறுக்கப்படும் கொத்தடிமைகள் (serfs) இவர்கள். இதுபோன்ற நிலையைக் குறித்துப் படிக்கின்ற மேல நாட்டு வாசகர் இவைகளைப் பற்றி என்ன எண்ணுவார்?. பொதுக் கிணற்றிலிருந்து தண்ணீர் எடுக்கவும் நாகரிகமான மக்களுக்கு அருகாமையில் குடியிருக்கவும் வாழ்க்கையில் முன்னேறிச் செல்வதற்கு மற்ற மனிதர்களுக்கிருக்கும் வாய்ப்புகளுக்குச் சமமான வாய்ப்புகளைப் பெறவும் தடை செய்யப்பட்ட நிலையில் மொத்த மக்கள்தொகையில் ஆறில் ஒரு பகுதியினர் வாழும் நிலை வேறெந்த நாட்டிலும் உண்டா?

"கடந்த (பத்தொன்பதாம்) நூற்றாண்டின் கடைசிப்பகுதி வரையிலும் அவர்கள் மேல்சாதியினருக்கு அடிமைப்பட்ட நிலையிலேயே வாழ்ந்தார்கள். இப்பொழுதும் கூட அவர்கள் கிராமத்தின் எல்லைகளுக்கு வெளியே குடிசைகளில் வாழ்ந்து அனைத்துவகை இழிவான வேலைகளையும் செய்திடும் வழக்கத்தில் கட்டாயப்படுத்தப்படுகிறார்கள்" என்று இந்திய அரசின் செய்தி இதழ் (Imperial Gazeteer of India) குறிப்பிடுகிறது. அறுவடை நிலம் (Harvest Field) எனும் பத்திரிகையின் 1898ஆம் ஆண்டு அக்டோபர் இதழில் அருள்திரு.வில்லியம் கௌடி "நீண்ட பல நூற்றாண்டு கால ஒடுக்குதலின் விளைவாக அவர்களிடமிருந்து மனிதம் அனைத்துமே உடைத்தெறியப்பட்டுவிட்டது. தன்னுடைய மனிதத்தன்மையின் பாற்பட்ட சுயாதீனத்தை உறுதிப்படுத்திட

முயற்சிகள் மேற்கொண்ட உடனேயே கொடூரமான சட்டவிரோதமான அடக்குமுறை தாழ்ந்த சாதிமனிதனைப் பல வடிவங்களில் சந்தித்து அவனை முறியடித்து விடுகிறது. அவன் மேற்கொண்ட முயற்சியினால் எந்த வகையிலும் சிறந்த இடத்தை அவனால் அடைய முடியாமல்... மீண்டும் அவன் முன்பிருந்த பழைய இடத்திற்குத் தள்ளப்படுகிறான். இந்நாட்டில் பஞ்சமர்* இந்நாளளவும் நிலத்தில் பணிபுரியும் அடிமையே; நாகரிகமற்ற அடிமையே. நீண்ட நெடுங்காலம் நிலவிவரும் சமூகச் சீரழிவின் வழியாக அவன் மனிதனுக்குரிய இடத்தை நிரப்புதவற்குத் தவறிவிட்டான் என்பது மட்டுமல்லாமல் மனிதனாக வாழ்வதையும் உண்மையான மனிதத்துவத்திற்குரிய கடமைகளைச் செய்வதையும் இயலாது விட்டுவிட்டான். அவனுடைய உயரிய இலட்சியங்களெல்லாம் சாதாரணமான மிருகங்களின் செயல்களைக் கடைப்பிடிப்பதிலேயே உள்ளன. அவன் நீண்டகாலமாகவே உணவின்றியோ அல்லது அரைவயிற்று உணவுடனோ வாழ்ந்து வருவதால் உணவு உட்கொள்ளுவது அல்லது அவனுடைய மொழிநடையில் சொல்ல வேண்டுமானால் 'வயிற்றை நிரப்புதல்' என்பது அவனது வாழ்க்கையில் அவன் காணுகிற கனவாகவே இருக்கிறது.

இச்சமூகத் தொழுநோயாளிகளை இந்து சமயம் வேறுபடுத்திக் குடியிருக்க வைத்துள்ள அருவருக்கத்தக்கக் குடியிருப்புகளைக் காண்போம். தங்கள் வாழ்க்கையை நடத்திக்கொண்டு பிள்ளைகளைப் பெற்று வளர்த்துக் கொள்ள அவர்கள் வைக்கப்பட்டுள்ள அழுக்கடைந்த இடங்களைப் பார்ப்போமாக. நமக்குள்ளே நாட்டுப்பற்று எனும் தீப்பொறி கொஞ்சமேனும் இருக்குமானால் கொடுமையான சாதிமுறைக்குப் பலியாகியிருக்கும் இவர்கள் மீது பரிதாபம் கொள்ளுவது மாத்திரமல்லாது பொறுப்பான குடிமக்களாக நாமும் வாழ்ந்துகொண்டிருக்கும் இதே நாட்டில் இத்தகையதொரு முறை வழக்கிலிருக்க முடிகிறதே என்பது பற்றிய வெட்க உணர்வால் நாம் தாக்கப்படவும் நேரிடும்" என்று எழுதினார்.

பெரிய நகரங்களிலும் அவற்றைச் சுற்றிலும் வாழ்கிற பறையர்களின் நிலை மற்ற இடங்களில் வாழ்கிற பறையர்களுடைய நிலையுடன் ஒப்பிடுகையில் மேம்பட்டதாகவே உள்ளது. அதற்குக் காரணம் அவர்களுடைய உழைப்பு வெளிநாட்டு வணிகர்களுக்குக் குறிப்பாக ஐரோப்பியர்ளுக்குத் தேவைப்படுகிறது. வீட்டுவேலைகளைச் செய்வதில் அவர்களுக்குள்ள திறமை பெரியது. ஆனால், கிராமப்புறங்களிலோ அவர்கள் சாதிய முறையெனும் இரும்பு நுகத்திற்கு உட்பட்டிருக்கிறார்கள். தங்களுடைய வாழ்க்கையைத் துன்பத்திலும் இழிநிலையிலுமே

கழிக்கிறார்கள். பெரும்பாலான மாவட்டங்களில் அரசாங்கத்துக்குச் சொந்தமான தரிசு நிலத்தைப் பண்படுத்தித் தனது நிலையை மேம்படுத்திக்கொள்ள எவரேனும் ஆசைப்பட்டால் ஆதிக்க சாதி நிலவுடைமையாளர்களின் சுயநலமான கொடூரம் தலைதூக்குகிறது. முதலில் பரம்பரை பரம்பரையாக நிலவுடைமையாளர்களாக இருப்போரின் பலமிக்க சதியை அவர்கள் எதிர்கொள்ள வேண்டியதிருக்கிறது. அவரை ஏமாற்றி அழிப்பதற்காக எந்தவொரு கயமைத்தனத்தையும் பொய்யையும் கீழான தந்திரத்தையும் செய்திட அந்தச் சதித்திட்டம் வகுப்பவர் தயங்குவதில்லை. பறையர்களின் பிரச்சினையில் அடங்கியுள்ள இந்த அம்சத்தை அப்பிரச்சினையை ஆய்வு செய்வோர் மனதில் கொள்ள வேண்டும். "பொது அறிவு இல்லாத பறையரினம் சார்ந்த விவசாயிகளிடமிருந்து கிராம முன்சீப் அளவுக்கதிகமான வரியை வசூலிப்பதும் வசூலித்த வரிக்குரிய பற்றுச் சீட்டைக் கொடுக்காமல் முதலில் செலுத்திய வரிக்கான ரசீதைத் தராமல் இரட்டிப்பான அளவில் வரிவிதிப்பதும் அவ்வாறு அநியாயமாக விதிக்கப்பட்ட வரியை அவர்கள் செலுத்தாத பட்சத்தில் விளைச்சலை அறுவடை செய்யத் தடை செய்வதும், நிலத்தை ஏலத்திற்கு விடுவதும் சாதாரணமாக நடைபெறும் நிகழ்ச்சியாகும். அரசாங்கத்தால் அவர்களுக்கு வழங்கப்பட்டுள்ள நிலப்பட்டாவைக் கூட மறைத்து வைத்துக்கொண்டு அவற்றைக் கொடுப்பதற்கு முன் அவர்களிடம் அநியாயமாகப் பணம் மிரட்டி வசூலிப்பதும் (blackmail) உண்டு. வேளாண்மைக்குத் தேவையான தண்ணீரை வழங்குவதிலும் தொடர்ந்து பிரச்சினையை ஏற்படுத்துவார்கள். தண்ணீர் குறைவாக இருக்கும் போதெல்லாம் பறையருக்கு அவருடைய முறையில் தண்ணீர் விடுவது மறுக்கப்படும். தண்ணீர் போதிய அளவில் இருக்கும்போது வஞ்சகமாகப் பறையருடைய வயல்களிலிருந்து தண்ணீரை வெட்டி வேறு இடங்களுக்குத் திருப்பிவிட்டு, கரிந்து போன பயிருக்கு நல்லவிளைச்சலுக்கான வரியை வசூலிப்பதும் நடைமுறையில் உள்ளது." என்று அக்கால நிலை பற்றி அருள்திரு.கௌடி கூறுகிறார்.

பறையன் பெரும்பாலும் கல்வியறிவில்லாதவனாகவும் சமூகரீதியில் தாழ்த்தப்பட்டவனாகவும் இருக்கிறபடியால் நல்லநிலையிலுள்ள அவனுடைய அயலகத்தார் எவ்வித மனஉறுத்தலுமின்றி அவனை விழுங்கப் பார்க்கிறார்கள். பெரும்பாலானவர்கள் கடைப்பிடிக்கும் தந்திரம் யாதெனில் பறையன் ஒருவனுக்குக் கடனாகப் பணத்தைக் கொடுப்பது ஆகும். திருப்பிச் செலுத்த முடியாத அளவிற்குக் கூடுதலான வட்டிக்குக் கடனைக் கொடுப்பார்கள். பின்னர் திடீரென்று கடன் தொகையைத் திருப்பிக் கேட்பார்கள். அவ்வேளை கடனாளி

உதவுவாரின்றித் தவிக்கையில் அவனுடைய நிலத்திலிருந்து அவன் விரட்டியடிக்கப்படுவான். அவனிடமிருக்கும் தட்டுமுட்டுச் சாமான்களும் கூட விற்கப்பட்டு, பட்டினியாயிருப்பதைத் தவிர அவனுக்கு வேறு எந்த வழியும் இராது. அவனுக்குக் கடன் கொடுத்தவர் விதிக்கும் நிபந்தனைகளுக்கு உட்பட்டுக் கொத்தடிமையாக அவன் வேலை செய்ய வேண்டும். சில வேளைகளில் தான் வாங்கிய கடனுக்குரிய வட்டியைச் செலுத்தத் தவறுகையில் அவன் தன்னுடைய மூத்த பிள்ளைகளைத் (அதாவது ஆறு வயதுக்கு மேற்பட்டவர்களை) தனக்குக் கடன் கொடுத்தவரிடம் அடமானமாக வைப்பான். அந்த ஏழைக் குழந்தை தன் தந்தைக்குக் கடன் கொடுத்தவரின் கொத்தடிமையாகி இரவும் பகலும் தனது எஜமானின் ஏவலுக்கு அடிபணிய ஆயத்தமாயிருக்க வேண்டும்.

இதுபோன்ற இளம் வேலைக்காரர்கள் பின்னிரவில் கூட பள்ளிக்கூடங்களுக்குச் செல்ல அனுமதிக்கப்படுவதில்லை. கல்வி ஓர் அடிமையின் நிலையை முன்னேற்றப்போவதில்லையென்பது அவர்களுடைய எஜமான்களுக்குத் தெரிந்த உண்மையே.*

* திருச்சிராப்பள்ளியிலுள்ள S.P.G.மிஷனைச் சேர்ந்த அருள் திரு.ஜே.ஏ.ஷாரோக் என்பவரிடமிருந்து இத்தகைய கடன் பத்திரம் ஒன்றின் நகலை நான் பெற்றிருக்கிறேன். இப்பத்திரம் இது காணும் வெளியிடப்படவில்லை. கல்வியறிவற்ற ஆதரவற்ற பறையர்கள் அடிமைத்தனத்திற்குள் எவ்வாறு நயங்காட்டி இழுக்கப்படுகிறார்கள் என்பதை இது தெளிவாக எடுத்துக்காட்டுகிறது. இந்திய நாணய மதிப்பில் ஒரு ரூபாய் என்பது ஒரு பிரிட்டிஷ் நாணயத்தில் 33 ½ சதங்களுக்கும் சமமாகும். கூலி என்பது சில கையளவு நெல் அல்லது கேழ்வரகு அல்லது வேறு உணவுத்தானியங்களைக் குறிக்கும் என்பதையும் மனதில் கொள்க. கடனைத் திருப்பிச் செலுத்திய பிறகு பறையன் ஒருவன் தன் எஜமானனை விட்டு விலகிடும் சுதந்திரம் உடையவனாயிருந்தாலும் தன் சம்பாத்தியத்தில் கடனை அடைத்திட அவனால் இயலாது. நடைமுறையில் அவன் ஓர் அடிமையே.

பத்திரம்

1890ஆம் வருடம் மே மாதம் 22ஆம் தேதி பண்ணை வேலைக்காரன் இருள மொட்டையன் நாராயண படையாச்சியின் மகன் ரெங்கசயிதினி படையாச்சிக்கு எழுதிக் கொடுத்த பத்திரமாவது:

நானும் என்னுடைய மூன்று மகன்களாகிய பெரியபயல் (19 வயது) சின்னப்பயல் (12 வயது) சின்னசாமி (9 வயது) ஆகியோரும் தங்களுடைய தந்தையாகிய நாராயணசாமி படையாச்சியிடமிருந்து ரூ.68/–கடனாகப் பெற்றுக்கொண்டு அவருக்கு வேலை செய்து வந்தோம். என்னையும் என்னுடைய பிள்ளைகளையும் உம்முடைய தந்தையார் பண்ணையில் உம்முடைய பங்கில் வேலை செய்யுமாறும் உம்மிடம் ஒப்படைத்திருப்பதால் நாங்கள் உமக்குக் கீழ் இரண்டு வருடங்களாக வேலை செய்து வந்திருக்கிறோம். மேலே குறிப்பிடப்பட்ட தொகைக்கான பத்திரம் எழுதப்பட்ட நாளுக்குப் பிறகு சிறு சிறு தொகைகளாகத் தங்களுடைய தந்தையாரிடமிருந்து ரூ.17ம் தங்களிடமிருந்து ரூ.3ம் வாங்கியிருக்கிறோம். இவ்வாறாக வாங்கிய மொத்தத் தொகை ரூ.88 ஆகிறது. இப்பொழுது சாட்சிகளின் முன்னிலையில் ரூ.5 பெறுகிறேன். மொத்தத்தில் நான் ரூ.93 பெற்றிருக்கிறேன். இத்தொகைக்குரிய வட்டியைச் செலுத்துவதற்குப் பதிலாக நானும் என் மனைவியும் எங்களுடைய மூன்று குழந்தைகளும் படியும் கூலியும் பெற்றுக்கொண்டு தங்களுடைய பண்ணையில் வேலை செய்வோம்.

தங்களுடைய பண்ணையில் வேலை செய்யாமல் வேறிடத்திற்குச் சென்றால் இப்பத்திரத்தில் காணப்படும் தொகையைத் திருப்பிச் செலுத்தி இப்பத்திரத்தைத் திரும்பப் பெற்றுக்கொள்வேன்.

நான் எனது சுயவிருப்பத்தின்படியே இப்பத்திரத்தை எழுதியுள்ளேன்.

மொட்டையனின் ரேகை.

இந்த ஆவணத்தில் 'பண்ணைப்பத்திரம்' என்று வருகிறது. அதற்கு நிலச்சுவான்தாருக்கு (பண்ணை) அடிமையாகிற பத்திரம் என்றுதான் அர்த்தம்.

இந்நிலையிலிருந்து மனிதத்தன்மையுடன் கூடிய சுயமரியாதையும் தற்சார்பும் உடையவர்களாக இவர்களை உயர்த்துவதற்குச் சிறிதளவாகினும் உதவி செய்யக்கூடிய வகையில் சென்னையில் என் வீட்டிற்கருகாமையிலும் சென்னையைச் சுற்றிலும் சாதி வேறுபாடில்லாத பள்ளிக்கூடங்களைத் திறக்கத் தொடங்கியுள்ளேன். அருள்திரு. கௌடி கூறுவதாவது: ''கல்லூரிகளையும் பள்ளிக்கூடங்களையும் அரசு கட்டியுள்ளது. ஆனால், அவை பறையர்களுக்காக அல்ல. உள்ளூர் நிதியைக்கொண்டு நடத்தப்படும் பள்ளிகளைத் திறந்துள்ளது. ஆனால், அவற்றில் இந்நாள் வரையிலும் பறையனால் தன் காலடியை எடுத்து வைக்க முடியாது. மருத்துவமனைகளையும் மருந்தகங்களையும் திறந்து வைத்துள்ளது, திறந்திட உதவியும் செய்துள்ளது. ஆனால் அவற்றினுள் நுழைய பறையன் அனுமதிக்கப்படுவதில்லை. இவையாவும் வருவாய்க் கழகத்தால் மறுக்கப்படலாம். ஆனால் வருவாய்க் கழகம் சொல்வதில் உண்மை இல்லாமல் இல்லை. கல்லூரிகளும் பள்ளிகளும் மருத்துவமனைகளும் மருந்தகங்களும் பறையர்களை விலக்கி வைக்க வேண்டுமென்ற நோக்கத்துடன் செயல்படவில்லை. அவர்கள் விலக்கி வைக்கப்படுவது வருவாய்க் கழகத்துக்குத் தெரிந்தே நடப்பதுமில்லை.

எது எப்படியிருப்பினும் பறையன் ஒதுக்கி வைக்கப்படுகிறான் என்பதே உண்மை. இந்நாள் வரையிலும் பஞ்சகாலங்களில் செயல்படும் பாதுகாப்பிடமும் தண்டனைச் சட்டமும் மட்டுமே பறையர்கள் தங்களுடைய இளைய சகோதரர்களாகிய பிற ஒடுக்கப்பட்ட ஏழைச் சமூகத்தினருடன் அனுபவிக்கும் அரசாங்கவழியான பாதுகாப்புகள் திரு.திரெமன்ஹீர் அரசாணை 1010 இல் குறிப்பிட்டுள்ளபடி வருவாய்க் கழகத்திற்கு எழுதுகையில் "திருவள்ளூர் தாலுகாவிலுள்ள 300 கிராமங்களுள் தங்களூரில் எழுதப்படிக்கத் தெரிந்த ஒரு பறையனாவது இருப்பதாகப் பெருமைப்பட்டுக் கொள்ள முடியாத 200 கிராமங்கள் உள்ளன. 272 கிராமங்களில் பள்ளிக்குச் செல்லும் ஒரு பறையன் கூட இல்லை" என்று குறிப்பிடுகிறார்.

தனது சமயத்தைப் பரப்புவதில் ஆர்வம்கொண்டுள்ள அருட்தொண்டரின் பிரச்சாரம் என்றும் இவர் கருதலாம். இந்த அறிக்கையை மட்டும் நாம் நம்ப வேண்டுமென்பது கட்டாயமில்லை. என் முன்னால் இருப்பது அரசாங்கத்தாலேயே வெளியிடப்பட்ட ஆவணம். அவ்வாவணம் 'அரசாணை எண்.1010–1010–A, நாள்: 30 செப்டம்பர் 1892' எனும் தலைப்பிடப்பட்டுள்ளது. எனது விண்ணப்பத்தின் பேரில் அதன் நகல் எனக்குக் கடந்த ஆண்டு ஏப்ரல் மாதம் அரசாங்கத்தின் கீழ் நிலைச் செயலாளரால் அருள்கூர்ந்து வழங்கப்பட்டது. அரசாங்கச்

செயலாளராகிய மாண்புமிகு சி.கி.கால்டன் (Galton) சட்டப்பேரவை நடைபெற்றுக்கொண்டிருந்த வேளையில் கவர்னரின் கருத்துகளைப் பிரதிபலிக்கும் வகையில் பறையரின் நிலைபற்றிய கேள்விக்கு அளித்த பதில் இந்த ஆவணத்தில் இடம்பெற்றுள்ளது. அது யாதெனில்,

"கல்வித்துறையின் சட்டங்களும் உத்தரவுகளும் பறையர்கள் மீதும் பிற தாழ்ந்த இனத்தவர் மீதும் எவ்விதத் தடையையும் விதிக்கவில்லை. ஆனால், கட்டுப்படுத்தவே முடியாத நிலையிலுள்ள சமூக வழக்கத்தால் அவர்கள் பள்ளிகளிலிருந்து வெளியே தள்ளப்பட்டு அரசின் கல்வி நடவடிக்கைகளினால் விளையும் பலனில் தங்களுக்குரிய பங்கைப் பெறாமல் இருக்கிறார்கள்." மீண்டும் (67ஆம் பக்கத்தில்) "மிக உயர்ந்ததும் நிலைத்து நிற்கக்கூடியதுமான நன்மைகளை உருவாக்கித்தர வல்லது பறையர்களின் கல்வியே என்று வருவாய்க் கழகம் நம்புவது ஐயத்துக்கிடமில்லாத வகையில் சரியானதே" என்று குறிப்பிட்டுள்ளார். அக்கால கட்டத்தில் பள்ளிக் கல்வி இயக்குநரின் அறிக்கை எதிர்பார்க்கப்பட்டது. மேலே குறிப்பிடப்பட்ட வகையில் மாண்புமிகு. திருகால்டன் அவர்களால் ஆய்வு செய்யப்பட்ட ஆகஸ்டு 19, 1892 நாளிட்ட தீர்மானத்தில் வருவாய்க் கழகம் கூறுவதாவது, "பறையர் மத்தியில் கல்வி அதிக அளவில் பரவலாகும்வரை அவர்களது சமூக, பொருளாதார நிலையில் உருப்படியான எந்த முன்னேற்றமும் ஏற்படாது என்பது பற்றி எந்தக் கேள்வியும் இல்லை. அரசுப் பள்ளிகளிலும் நிதி உதவிபெறும் பள்ளிகளிலும் கல்வி எல்லோருக்கும் பொதுவானது என்பது கொள்கை அளவில் இருக்கிறது. உண்மையில் பறையர்களுக்கு இவ்விஷயத்தில் பல சலுகைகள் அரசாங்கத்தால் ஏற்கெனவே வழங்கப்பட்டுள்ளன. எனினும் அரசாங்கத்தால் வழங்கப்பட்டுள்ள கல்வியைப் பெற்றுக்கொள்வதற்கான வாய்ப்பு பறையருக்குக் கிடைக்காமல்போகச் செய்வதில் சாதி உணர்வு பேரளவில் காரணமாய் அமைந்திருக்கிறது என்பதில் சிறிதளவும் ஐயமில்லை. பறையர்களின் சார்பில் பொது நிதியிலிருந்து சிறப்பு நடவடிக்கைகள் எடுக்கப்படுவதற்கான தருணம் வந்துவிட்டது."

வருவாய்க் கழகத்திற்கு அனுப்பிய கடிதமொன்றில் பள்ளிக் கல்வி இயக்குநர் முனைவர் டங்கன் (Dr.Duncan) கூறுவதாவது: "ஏனைய தாழ்ந்த சாதியினர் மற்றும் பொதுவாகப் பிற்படுத்தப்பட்ட இனத்தவர் ஆகியோரின் கல்விக்கு மாறுபட்ட வகையில் பறையர்களின் கல்வி, கல்வித்துறையின் சிறப்புக் கவனத்தை இது காணும் ஈர்த்ததில்லை. அரசின் கவனத்திற்கும் பொதுமக்களின் கவனத்திற்கும் இந்த விஷயம் கடந்த ஆண்டில் அருள்செய்திக் கழகங்களால் முதல்முறையாகக் கொண்டு வரப்பட்டது. பறையர்கள் மற்றும் பிற தாழ்ந்த சாதியினரின்

குழந்தைகளையும் சேர்ப்பதற்கெதிராகவுள்ள சிக்கல்கள் யாவுமே சாதியமுறை காரணமாக ஏற்பட்டுள்ள சமூக மற்றும் சமயத்தன்மையில் அமைந்துள்ள சிக்கல்களே. பள்ளி ஆய்வாளர்கள் அனைவருமே ஒருமித்த குரலில் சொல்வதெல்லாம் பழமைவாதிகள் நிறைந்த சிறு நகரங்களில் உள்ள பள்ளிகளெல்லாம் பறையர் இனக்குழந்தைகளைச் சேர்க்கும் முயற்சியினால் பெரும்பாலும் கெடுக்கப்படுகின்றன என்றும் இத்தகைய மாணவர்களின் சேர்க்கையைப் பள்ளி அங்கீகாரத்துக்கான நிபந்தனையாக வலியுறுத்துவது கல்வி பரவுவதற்கு எதிராகவே அமையும் என்பதுவே.

மேல்சாதியினர் பறையரினத்தவர் பற்றிக் கொண்டுள்ள இத்தகைய கருத்து எத்துணை அர்த்தமற்ற பாசாங்கு என்பது சென்னை மாநிலத்தின் மகளிர் பள்ளிகளின் ஆய்வாளர் செல்வி.கார் இயக்குநருக்கு அனுப்பிய பதிலில் காட்டப்பட்டுள்ளது அவர் கூறுகிறார்:

"பறையர் இனக் குழந்தைகளில் பலர் பள்ளிகளில் பயின்று வருகிறார்கள் என்று நம்புவதற்கு எனக்குச் சரியான காரணம் இருக்கிறது. ஆனால் அக்குழந்தைகள் பறையர் இனத்தவர் எனும் பெயரில் பள்ளிகளில் பயிலவில்லை. பறையர் இனத்தவர் சமுதாய மட்டத்தில் தங்களைச் சற்றே உயர்த்திக்கொள்வதில் வெற்றி பெற்று சிறிதளவு கல்வியைப் பெற்றுக் கொண்ட உடனேயே பறையர் எனும் பெயரை உதறிவிட்டு 'பிற இனத்தவர்' என்று தங்களைப் பட்டியிட்டுக்கொள்கின்றனர். அல்லது பலவேளைகளிலும் அவர்கள் 'இந்தியக் கிறிஸ்தவர்கள்' எனும் பிரிவைச் சேர்ந்து அவ்வாறே தங்களைப் பட்டியலிட்டுக்கொள்கின்றனர். கிறிஸ்தவ மிஷன் பள்ளிகளிலுள்ள பெரும்பாலான மாணவர்கள் இத்தகைய பிரிவைச் சார்ந்தவர்களேயாவர். சில மாணவர்கள் மிஷன் சாதிப்பள்ளிகள் (Mission Caste Schools) என்றழைக்கப்படும் பள்ளிகளிலும் அரசு மகளிர் பள்ளிகளிலும் சேர்க்கப்படுகிறார்கள். ஆசிரியர்கள் புத்திசாதுரியம் உடையர்வகளாக இருந்தால் பறையரினக் குழந்தைகளின் பூர்வீகம் வெளியாக்கப்படாமல் மேல் சாதிக்குழந்தைகளும் பறையரினக் குழந்தைகளும் எதிர்ப்பின்றி ஒரே வகுப்பறையில் அருகருகே அமர்ந்து கல்வி கற்கிறார்கள். ஆனால் அதே பள்ளியில் பறையரினத்தவரும் இருக்கிறார்களென்பது மேல்சாதியைச் சேர்ந்த பெற்றோர்களின் கவனத்திற்கு வலுக்கட்டாயமாகக் கொண்டு வரப்பட்டால் பறையரினக் குழந்தைகள் நீக்கப்பட்டாலொழிய தங்களுடைய குழந்தைகளை வேறு பள்ளிக்கு மாற்றுவது தங்களுடைய கடமையென்றே அவர்கள் எண்ணுகிறார்கள்.

பறையர் என்று கண்டுகொள்ளப்பட்ட நிலையில் இம்மக்கள் ஒவ்வொருவிதமான சமூகக் கொடுமையாலும் சூழப்பப்பட்டுள்ளார்கள்.

தென்னிந்தியாவின் முன்னணிச் செய்தித் தாளாகிய *ஹிந்து* பத்திரிகை 3 ஜூன் 1891 இதழில் ஒப்புக்கொள்வது போல "இவனுக்குச் (பறையனுக்கு) சமயமும் கிடையாது; மூடநம்பிக்கையும் கிடையாது. மிகக் குறைந்த அருவருப்பான உணவு கிடைத்தாலே அவன் மனநிறைவு கொள்கிறான். அவனுக்கும் அவனுடைய மனைவிக்கும் மிகமிகக் குறைவான அளவிலேயே ஆடையுண்டு.* அவன் வசிக்கும் குடிசை மிகவும் பரிதாபமானதோர் இடம். பொதுவாக அது கூட்டநெரிசல் மிகுந்தே இருக்கும். அவனுக்கெதிராக இழைக்கப்படும் கொடூரமான நடவடிக்கைகளை எதிர்க்க வேண்டுமென்று அவன் எண்ணுவதே இல்லை. கிராமத்திலுள்ள மிகவும் அருவருக்கத்தக்க வேலையை அவன் விருப்பத்துடனேயே செய்கிறான். அற்பமான பொருட்களைத் திருடுவதன் மூலம் தனது வருமானத்தைப் பெருக்கிக்கொள்ள இடையிடையே வழிதேடுகிறான். எனினும் அவன் கடின உழைப்பாளியாகவும் பொறுமை மிகுந்தவனும் உத்தமமானவனுமாய் இருக்கிறான்."

---

*அண்மையில் வெளியான *மெட்ராஸ் மெயில்* இதழில் அதன் நிருபர் ஒருவர் கோடம்பாக்கதிலிருந்து எழுதுகிறார்: இரு நாள்களுக்கு முன்புதான் நான் கொச்சி சம்ஸ்தானத்தில் சுற்றுப்பயணத்தை முடித்துத் திரும்பினேன். அங்கிருக்கையில் பெரிதான நாகரிகமும் பலதரப்பட்ட சீர்திருத்தங்களும் கொச்சி சமஸ்தானத்தில் அறிமுகப்படுத்தப்பட்டிருந்ததாகச் சொல்லிக்கொண்டாலும் மகாராஜாவின் நெடுஞ் சாலைகளில் நடமாடுவதற்குத் தாழ்ந்த சாதியினர் அனுமதிக்கப்படாதது கண்டு நான் பெரிதும் வியப்படைந்தேன். உயர் சாதியினராகிய பிராமணர்களும் நாயர்களும் பொதுச் சாலைகளில் பயணம் செல்லுகையில் தங்களுடைய இனத்துக்கேயுரிய வகையில் ஒரு கூக்குரலை எழுப்புகின்றனர். தாழ்ந்த சாதியினராகிய ஆசாரிகள், பறையர்கள், புலையர்கள் போன்றவர்கள் மேலே குறிப்பிடப்பட்ட குரலைக் கேட்டவுடன் சாலையை விட்டு விலகிட வேண்டும். உயர் சாதியினர் சாலையைக் கடந்து போகும் வரை அவர்கள் சாலைக்குள் வந்து தங்களது பயணத்தைத் தொடர முடியாது. தாழ்ந்த சாதியைச் சேர்ந்த துரதிஷ்டசாலிகளாகிய இம்மக்கள் சாலையில் உயர் சாதியைச் சேர்ந்த ஒரு மனிதரைச் சந்திக்கும் ஒவ்வொரு முறையும் இந்நடைமுறையைப் பின்பற்ற வேண்டும்.

கல்கத்தாவிலிருந்து வெளிவரும் ஆங்கிலோ - இந்தியப் பத்திரிகையாகிய *ஸ்டேட்ஸ்மனி* லிருந்து எடுக்கப்பட்ட ஒரு செய்தி இதோ: ஆங்கிலக் கல்வி வேகமாகப் பரவியிருந்தும் கூட இன்னமும் தென்னிந்தியவில் நடைமுறையிலிருக்கும் சாதிய உணர்வின் கடுமையை *மெட்ராஸ் மெயில்* பத்திரிகையில் சில நாள்களுக்கு முன் வெளியான ஒரு கடிதத்திலிருந்து அறிந்து கொள்ளலாம். அக்கடிதத்தை எழுதியவர் திண்டிவனம் தாலுகாவில் நகர் என்னும் கிராமத்தில் மேல்சதி மக்களைத் தவிர வேறெவரும் போக முடியாத பிராமணர் தெருவின் மையைப்பகுதியில் அஞ்சல்

அலுவலகம் இருப்பதாகப் புகார் கூறியுள்ளார். உண்மையில் இதுபோன்ற எந்தத் தடையும் சட்டப்படி செல்லத்தக்கதல்ல. ஆனால், இவ்வழக்கத்தின் கொடூரம் அதனைச் சட்டம் எனும் அளவுக்கு நடைமுறையில் வலிமையுள்ளதாக்கியுள்ளது. அக்கடிதத்தை எழுதிய இந்தியக் கிறித்தவர் அண்மையில் அக்கிராமத்திற்கு வந்திருந்தபோது தன்னுடைய கடிதங்களைப் பெற்றுக்கொள்ள நேரடியாக அஞ்சல் அலுவலகத்திற்குச் செல்ல வேண்டியதில்லை என்றும் மேல்சாதியைச் சேர்ந்த ஒரு வேலைக்காரனை அனுப்பிப் பெற்றுக்கொள்ள வேண்டும் என்னும் மரியாதையான தகவலைப் பெற்றுக் கொண்டார். இதுபோன்ற சம்பவங்களுடன் ஒப்பிட்டுப் பார்த்து உண்மைநிலை என்னவென்று அறியப்படாததிருந்தால் இச்சம்பவம் நம்ப முடியாததாகவே இருக்கும்.

திருவிதாங்கூர் லண்டன் மிஷனின் அண்மைக்கால அறிக்கை மிகவும் வியாதிப்பட்ட நிலையிலிருந்த பிராமணப் பெண் ஒருவருக்குச் சிகிச்சை அளிக்குமாறு அம்மிஷனில் பணிபுரிந்த உள்ளூர் மருத்துவ ஊழியர்களில் ஒருவர் அவசரமாக அழைக்கப்பட்டது பற்றிய விவரங்களைத் தந்தது. அந்த ஊழியர் உடனடியாக அருகாமையிலிருந்த சாலை வழியாகச் சென்று அவ்வீட்டை அடைந்தார். அதற்காக அவர் கோயிலை ஒட்டிய சாலையில் செல்ல வேண்டியதயிற்று. அதன் விளைவு யாதெனில் கிறித்தவர் ஒருவர் ஆலயத்தின் சுற்றுச் சுவரைக் கடந்து போனதால் தங்களுடைய ஆலயம் தீட்டுப்பட்டு விட்டதென்று பிராமணர்களில் சிலர் அதிகாரிகளிடம் புகார் செய்தனர். ஆலயத்தைத் தீட்டுப்படுத்திய குற்றத்திற்காக அம்மருத்துவ ஊழியர் துணை வட்டாச்சியர் முன்னிலையில் ஆஜர் படுத்தப்பட்டார். ரூ.250 முதல் ரூ.300 வரை செலவு செய்து ஆலயம் சுத்திகரிக்கப்பட்டது.

மெயில் பத்திரிகைக்கு அனுப்பிய வேறொரு கடிதத்தில் அதே நிருபர் இந்த இழிவு அரசாங்கத்தின் கவனத்திற்குக் கொண்டு வரப்பட்டதாகவும் தலைமை அஞ்சல்துறை அதிகாரி ஊரிலிருந்த அஞ்சல் அலுவலகத்தைப் பிராமணரல்லாதார் வாழும் தெருவுக்கு மாற்றி, அது முதற்கொண்டு எல்லா இன மக்களும் சுதந்திரமாக வரமுடியாத எந்தத் தெருவிலும் பகுதியிலும் எந்தவொரு அஞ்சல் அலுவலகமும் அமைக்கப்படலாகாது என்றும் உத்தவிட்டார் என்றும் குறிப்பிட்டிருந்தார். பறையர் பறையனாகவே இருப்பான். பிராமணன் பிராமணனாகவே இருப்பான். ஆனால், அஞ்சல் அலுவலகம் தாழ்த்தப்பட்ட மனிதரெல்லாம் போகக் கூடிய இடத்தில் அமைக்கப்படும்!

திரு.திரெமென்ஹீர் சொல்வது போல 'அவன் பன்றித் தொழுவத்தில் வாழ்கிறான். கடவுளிடமிருந்தோ மனிதரிடமிருந்தோ அவன் கருணை எதையுமே அனுபவித்ததில்லை. மலபார் பகுதியில் கீழ்ப்படியாமை அல்லது கவனக்குறைவுக்கான மனிதத்தன்மையற்ற தண்டனைகளுக்கு உட்படுத்தும் எஜமானர்களின் அடிமைகள் அவர்கள் என்றே எண்ணப்படுகிறார்கள். அவர்களுடைய எஜமானர்களின் உத்தரவுகளும்

செயல்களும் ஒருவிதமான தெய்வத்தன்மை வாய்ந்ததாகவும் மீறப்படக்கூடாததாகவும் அவர்களுடைய கண்களுக்குத் தெரிகின்றன. அவர்கள் எஜமானர்களுடைய விருப்பப்படி விற்கப்படவோ அல்லது வேறு வகையில் நடத்தப்படவோ அமைந்துள்ள உடைமைப் பொருள் (Property) ஆவர். ('மலபாரும் அதன் மக்களும்', பக்கம் 158).

நாகரிகமற்ற இந்த அடிமைத்தனம் பெயரளவில் பிரிட்டிஷ் அரசால் 1854இல் ஒழிக்கப்பட்டது. எனினும் அது ஏட்டளவில்தான் இருக்கிறதேயொழிய அச்சட்டம் முழுமையாக அமல்படுத்தப்படவில்லை. (மேலது)

பரிதாபகாரமான பறையர்கள் வாழும் பறச்சேரியில் அவர்களுக்கென்று சொந்தமான கிணறு அல்லது சிறியகுளம் இல்லையெனில் "வறட்சி அப்பகுதியிலுள்ள குட்டைகளை வற்றிடச் செய்யும்போது தர்மசிந்தையுள்ள ஓர் உயர்சாதியினர் நீர் இறைத்துத் தரும் வரையிலும் சாதிஇந்துக்கள் பயன்படுத்தும் கிணறுகளின் பக்கத்தில் பறச்சேரியில் வாழுவோர் காத்து நிற்க வேண்டும்." (திரெமென்ஹீரின் அறிக்கை) நம்முடைய அமெரிக்க அடிமைகள் இவ்வாறு இரக்கமற்றவகையில் நடத்தப்பட்டார்களா? நம்முடைய நாய்களோ அல்லது குதிரைகளோ அவ்வாறு நடத்தப்பட்டனவா? ஒரு மனிதன் சகமனிதன் ஒருவனை நடத்துவதில் சுயநலம் எத்துணை அளவுக்கு துஷ்டத்தனமாகவும் மனிதத் தன்மையற்ற வகையிலும் நடக்கச் செய்ய முடியுமென்பதைப் பார்க்கும்போது மனிதத்தன்மையைப் பற்றி ஒருவர் அருவருப்புக் கொள்வதற்கு இதுமட்டுமே போதாதா? சமூகரீதியாக அமிழ்த்தப்பட்டுள்ள பறையரின் நிலையைக் கூப்பர் (Cowper) எனும் கவிஞர் பின்வருமாறு எழுதினார்.

'என் நிலத்தைப் பண்படுத்திட
ஓர் அடிமையை வைத்துக்கொள்ளேன்
என்னைச் சுமக்கவும் நான் துயில் கொள்ளுகையில்
காற்றாடியை வீசவும் நான் எழுகையில் நடுங்கவும்;
ஓர் அடிமையை வைத்துக்கொள்ளேன்.
செல்வம் எனக்கு எத்துணையோ
வளங்களைத் தந்திடினும் நாளை
ஓர் அடிமையை வைத்துக்கொள்ளேன்.'

ஆனால் பறையருக்கு ஏற்படும் இச்சமூகப் புறக்கணிப்பு மிக எளிதான முறையில் மாற்றியமைக்கப்படலாம். வேடிக்கையான ஒரு வழி முறை உண்டு. அவர் செய்ய வேண்டியதெல்லாம் அவருடைய

உடைகளை மாற்றிவிட்டால் போதும். ஏதேனும் பழையதொரு ஐரோப்பிய உடையையும் புல்லால் செய்யப்பட்ட தொப்பி ஒன்றையும் அணிந்துகொள்ளுவதேயாம். அம்மாதிரி தோற்றத்தை மாற்றிக்கொண்டால் அவர் கிறிஸ்தவரென்று கருதப்பட்டு இந்நாட்டை வெற்றிகொண்ட வெள்ளைக்காரர்களின் வம்சம் கலந்தவராக அவர் எண்ணப்படுவார். அவர் நன்கு அறிமுகமான கிராமத்திற்கு வெளியே அவர் சாலைகளிலும் தெருக்களிலும் சந்துகளிலும் சுதந்திரமாக நடமாடித் திரியலாம். உயர்சாதியினரின் வளாகங்களினுள்ளும் வராந்தாக்களுக்குள்ளும் நுழைந்து அவர்கள் முன்னிலையில் அமர்ந்திருந்து அவர்களோடு வியாபாரம் சம்பந்தமாகப் பேசலாம். ஆடைகளுக்குள்ளே பறையன் மறைந்துவிடுகிறான். "ஆடைகளும் கவுன்களும் அனைத்தையும் மறைக்கின்றன."

பறையன் ஒருவன் நடந்து செல்லுகையில் மேல்சாதியைச் சேர்ந்த ஒருவன் தன்னை நெருங்கி வரக்கண்டால் ஓர் எச்சரிக்கைக் குரலெழுப்ப வேண்டும். மேலானவர் கடந்து செல்லும் வரையிலும் பறையர் சாலையை விட்டுத்துள்ளிக் குதித்து ஒதுங்கி நிற்க வேண்டும்.*

ஆனால் மதமாற்றத்துடனோ அல்லது மத மாற்றம் இல்லாமலோ உடையில் செய்துகொள்ளும் மாற்றம் ஒரு தனிமனிதனை இந்துசமயத்தின் பிடியிலிருந்தும் இந்துச் சமூகத்திலிருந்தும் சாதி எனும் அழுத்துகிற நுகத்தடியிலிருந்தும் வெளியே கொண்டு செல்கிறது.

சமூகத்திலிருந்தும் சாதி எனும் அழுத்துகிற நுகத்தடியிலிருந்தும் வெளியே கொண்டு செல்கிறது. "கிறித்தவத்தை ஏற்றுக்கொள்ளுதல் இவ்வினத்தவர் மீது வேறு வரங்களைப் பொழிவதுடன் ஓரிடத்திலிருந்து மற்றோர் இடத்திற்குச் சுதந்திரமாக நடமாடித்திரிவதற்குரிய சுதந்திரத்தைக் கணிசமான அளவுக்குப் பெருகச் செய்கிறது. கிறித்தவராக மாறாதிருந்தால் அவர்களுடைய பாதைகள் கடினப்பாடுகள் நிறைந்ததாகவே இருக்கும். வேலியிடப்பட்ட பாதையின் எதிர்ப்பக்கத்தில் மேல்சாதியினர் ஒருவர் வந்தால் அவருக்கெதிராய்ப் போவதைத் தவிர்ப்பதற்காக நீண்டதூரம் சுற்றிச் செல்ல வேண்டும்" என்று திரு.பணிக்கர் கூறுகிறார்.

"கடின உழைப்பாளிகளும் உத்தமமுமான இனத்தவர்" மீது இதுபோன்ற துன்பங்களைச் சுமத்தும் சாதியக் கட்டுப்பாடுகள் எத்துணையளவு அடிப்படையற்றவை என்பதை நாம் கண்டுணர முடியும். அவர்களைத் தொடுவதோ அல்லது அவர்களை அணுகுவதோ உண்மையில் தீட்டுப்படுத்தும் என்பதல்ல. (சீரழிந்து கிடக்கும் இந்நாள்களில் மிக உயரிய வளர்ச்சி பெற்ற ஆன்மிகவாதிகள் என்று எவருமே இல்லை.)

நீலம் ♦ 33

ஆதாரம் இல்லாமலேயே நம்பி எந்தவித முணுமுணுப்புமின்றித் தங்களுடைய சீரழிந்த நிலையை அவர்கள் ஏற்றுக்கொள்ளச் செய்யும் சுயநலமான சமூகத் திட்டத்தின் ஒரு பகுதியே இது. பறையனுக்குப் பாதுகாவலர் அல்லது பாதுகாவலராகக் கருதப்படுபவர் ஒருவர் இல்லாத காலம் வரை இந்த மோசடியும் கொடுமையும் தலைமுறை தலைமுறையாகத் தொடர்ந்து கொண்டே இருக்கும். ஆனால், அதே பறையன் தன்னுடைய நலன்களை ஆட்சிபுரியும் ஐரோப்பியர்களின் நலன்களுடன் இணைத்துக்கொண்டதாகக் காணப்பட்டாலோ அல்லது கருதப்பட்டாலோ அவன் சட்டத்தை நிர்வகிக்கும் நீதிமன்றத்தின் பாதுகாப்பு வளையத்திற்குள் வந்துவிட்டாலோ அவனைத் துன்புறுத்துவோரின் தந்திரமான கட்டுப்பாடுகள் அடிமட்டத்திற்குப் போய்விடும். அவ்வாறு நேரிட்டால் அவன் மரத்தில் கட்டி வைக்கப்பட்டுத் துன்புறுத்தப்படவோ நியாயமற்ற கடன்காரர்களால் கொள்ளையிடப்படவோ கொத்தடிமையாக வைக்கப்படவோ மாட்டான். இந்து சமயம் அவன் மீது கொண்டுள்ள மனப்பான்மை மாறிவிடும். அவனுடைய நலனோ அல்லது கடமையோ அவனை அழைக்கும்போது அவன் நீதிமன்றத்தினுள் சுதந்திரமாக நடமாடும் உரிமையைப் பெறுவான். ஓரளவு மரியாதையான வகையில் நடத்தப்படும் உரிமையையும் அவன் பெறுவான்.

இழந்து போக வேண்டிய சாதிய நிலையோ சமூகநிலையோ இல்லாமலும் மற்றவர்களோடு பேரம் பேசுவதற்குத் தேவையான சமயக் கருத்துகளுமில்லாமலும் மேலும், கிறித்தவத்தின் உண்மையான பொருள் என்னவென்பது பற்றிய எந்தவிதமான எண்ணமும் இல்லாமலும் பொருளாதார நன்மை, இலவச உணவு, பண உதவி அல்லது கவர்ச்சிகரமான நன்மை மற்றும் சமூகக்குறைபாட்டில் ஒரு மாற்றம் ஆகியவற்றுக்காக ஏங்கிநிற்கும் மக்கள் ஆயிரக்கணக்கில் கிறித்தவ அருள்தொண்டரை அணுகி வருவதில் ஆச்சரியம் எதுவும் உண்டா? என்னைப் பொறுத்தவரையிலும் 'மதமாற்றம்' அடையாத ஒரு பறையருமே இல்லை. அதே வேளையில் மனதளவில் மாற்றமடைந்தவர்கள் ஐந்து மடங்கு எண்ணிக்கையில் உள்ளனர். மக்கள்தொகையில் ஐந்தில் ஒரு பகுதியினராக உள்ளவர்களால் கிறித்தவ மார்க்கத்தின் தத்துவங்கள் எந்த அளவுக்குப் புரிந்துகொள்ளப்பட்டிருக்கிறது என்பது இம்மாநிலத்திலுள்ள இந்தியக் கிறித்தவ ஆடவர்களில் 78 விழுக்காட்டினரும் கிறித்தவப் பெண்டிரில் 92 விழுக்காட்டினரும் முழுமையான அறியாமையிலேயே இருக்கின்றனர் என்பதிலிருந்து அனுமானிக்க முடியும்.

கிறித்தவ அருள்தொண்டர்கள் கிறித்தவச் சமயத்தைத் தழுவுவோரை ஏற்றுக்கொள்ளுவதில் கடைப்பிடிக்கும் வழிமுறை புத்திசாலித்தனமாகவோ

அல்லது நேர்மையானதாகவோ எப்போதும் இருக்கிறது என்று சொல்ல முடியாது. இந்தியக் கிறித்தவர்களில் பெரும்பான்மையோரது எழுத்தறிவு பற்றி மேலே காட்டப்பட்டுள்ள உண்மையும், அதன் விளைவாகக் கிறித்தவக் கோட்பாட்டைப் புரிந்துகொள்வதில் அவர்களுக்குரிய திறமையின்மையும் தெளிவாகவே இருக்கையில் கிறித்தவத் திருச்சபையில் இலட்சக்கணக்கில் உறுப்பினர்களாகச் சேர்க்கப்பட்டிருக்கிறார்கள். அருள்திரு.கௌடி இப்பொருள் பற்றி வெகு உன்னதமாகத் தமது கருத்தைக் கூறுகிறார்:

“மிஷன் வீட்டு வாசலில் நின்றுகொண்டு கிறித்தவத் திருச்சபையில் சேர்த்துக்கொள்ளக் கேட்கும் பறையனைப் பார்த்திருக்கிறோம். ஆனால், அவனுடைய மனதில் அவன் விரும்புவதெல்லாம் அவனுடைய வாழ்க்கைச் சூழ்நிலையை உயர்த்தக்கூடிய சில உதவிகளையே. அவனுடைய கோரிக்கையை ஏற்றுக்கொண்டு அவனுடைய நோக்கில் அவனுக்குத் திருமுழுக்குக் கொடுப்பது எமது பணிபற்றிப் பரவலான குழப்பத்தையும் எமது பணிக்குப் பேராபத்தையும் விளைவிக்கும். அவ்வாறிருக்கையில் நாம் செய்ய வேண்டியதென்ன? ஞானமிக்கதும் செய்ய முடிந்ததுமாக உள்ளது யாதெனில் அவர்களுக்குத் தேவையான உதவியைச் செய்வதும் அவர்கள் எடுக்க விரும்பும் நடவடிக்கைகளை எடுத்திட அவர்களை ஊக்குவிக்காது இருப்பதுமேயாம். இத்தகைய அணுகுமுறை எங்களுக்கு எதிரான கூக்குரலை எழுப்பும். ஆனால், எங்களுக்கு அது ஓர் உன்னதமான பாதுகாப்பைத் தரும். நல்ல செயல்களின் நிலைத்த தன்மையைப் பற்றிய நம்பிக்கை எதுவுமில்லாத சில மனிதர் உளர். கனிவானதொரு செயல் தன் உடனடிப்பனைப் பணமாகத் தரவேண்டும் என எண்ணுகின்றனர். இத்தகையவர்களுக்கு ஒரு மனிதனைத் தமது சமயத்திற்கு மாறியவராகக் கணக்கிடும் உரிமைக்காக அவனுடைய கடன்களைச் செலுத்துதல் நியாயமான நடவடிக்கையாகத் தோன்றும். அண்மையில் ஒரு கிறித்தவ அருள்தொண்டர் ஒரு கிராமத்திலுள்ள சில குடும்பத்தினருக்குத் திருமுழுக்குக் கொடுத்து ரூ.3000க்கும் மேற்பட்ட அவர்களுயை கடனைத் திருப்பிச் செலுத்தியதைக் கேள்விப்பட்டேன். அவர்களுடைய கோரிக்கை யாதெனில் நீண்டகாலமாகவே அவர்கள் கிறித்தவர்களாகிட விரும்பியதாகவும் அதுபோன்ற நடவடிக்கையை எடுத்தால் தங்களுக்கிருந்த கடன்களைத் தீர்ப்பதற்காக அவர்களுடைய சொத்துகள் எல்லாம் விற்கப்பட்டு விடும் என்பதாகும். அருள்தொண்டரின் சார்பில் சொல்ல வேண்டுமானால் அவர்களுடைய நிலங்களையெல்லாம் அவர்களுடைய கடனுக்குப் பதிலாக அவர் ஈட்டுத் தொகையாக எடுத்துக்கொண்டார் என்றும் அவ்வாறு எடுத்துக்கொண்டதை ஒரு பாதுகாப்பான முதலீடாக அவர்

கருதினார் என்றும் சொல்லலாம். இதற்கெதிராக எதையும் சொல்ல முடியாதுதான். அவருடைய செயல்பாடே பாராட்டத்தக்கதொரு பரோபகாரமான செயல்பாடு. ஆனால் அச்செயல்பாட்டுடன் மக்களின் திருமுழுக்கைத் தொடர்புபடுத்துவது என்பது ‘கேடு என்னும் அணையைத் திறப்பது’ போலாகும். ‘மெட்ராஸ் மெயில்’ பத்திரிகை ஜூலை 3 நாளிட்ட பதிப்பில் வெளியிட்ட தலைப்புக் கட்டுரையில் ‘நல்ல ஒரு கிறித்தவரை உருவாக்கிடப் பல தலைமுறைக்காலம் பிடிக்கும் என்ற கூற்றில் உண்மை இருக்கிறதென்று அருள்தொண்டர்கள் கூறியுள்ளார்கள்’ என்று எழுதியிருக்கிறது.

சமயம் வியாபாரமாக்கப்படுதல் எதற்கு வழி நடத்துகிறதென்பது சுமார் இருபது ஆண்டுகளுக்கு முன்பு அருள்தொண்டராகப் பணிபுரிந்த ரோமன் கத்தோலிக்கப் பாதிரியார் ஒருவர் தமது பேராயரின் பம்பாய் அலுவலகத்திற்கு அனுப்பிய விநோதமான அறிக்கையில் படம்பிடித்துக் காட்டப்பட்டுள்ளது. அவர் எழுதியிருப்பது யாதெனில் ஒரு குறிப்பிட்ட தென்னிந்தியக் கிராமத்தினுள் நுழைந்தவுடன் அக்கிராமத்தின் தலைவர் சீர்திருத்தத் திருச்சபையில் மிஷனரி ஒருவர் (பெயர் குறிப்பிடப்படவில்லை) இருக்குமிடம் பற்றி ஏதேனும் அவரால் கூற முடியுமாவென்று கேட்டாராம். ரோமன் கத்தோலிக்கப் பாதிரியாரோ தம்மால் எதுவம் கூறவியலாதென்றும் அதுபற்றி அவர்கள் ஏன் அறிய விரும்புகிறார்களென்றும் கேட்டாராம். அவர்கள் பதிலளித்து, “நல்லது ஐயா, குறிப்பிட்டதொரு வேளையில் அச்சீர்திருத்தத் திருச்சபையின் மிஷனரி இங்கு வந்தார். எங்கள் மீது ஏதோ ஒரு வகையான தண்ணீரைத் தெளித்து எங்கள் ஒவ்வொருவருக்கும் தலா இரண்டு ரூபாய் தருவதாகச் சம்மதித்திருந்தார். நாங்களும் சரி என்றோம். அவரோ ஒவ்வொருவருக்கும் எட்டணாக்களைத் தந்து தண்ணீரைத் தெளித்துச் சில சொற்களைப் பேசிவிட்டுப் போய்விட்டார். அதன்பிறகு அவரை நாங்கள் காணவுமில்லை, எங்களுடைய பணத்தையும் பெறவுமில்லை” என்றார்கள். சுருக்கமாகச் சொன்னால் ஒப்பந்த அடிப்படையிலான திருமுழுக்கு.

ஆனால், திரு.கௌடியோ அவ்வகையான அருள்தொண்டரல்லர். அவருடைய கருத்துகள் அவருக்குச் சிறப்பூட்டும் வகையில் அமைந்தவை. சீர்திருத்தச் சபையாரும் ரோமன் கத்தோலிக்கர்களுக்கெதிராக இதுபோன்ற மோசமான குறிப்புகளைப் பயன்படுத்துவதில் சளைத்தவர்கள் அல்லர். லண்டன் மிஷனரி சங்கத்தைச் சேர்ந்த அருள்திரு.எஸ்.மற்றீர் (Rev.S.Mateer F.L.S) ‘தர்மபூமி’ (திருவிதாங்கூர்) எனும் புகழ்பெற்ற தமது நூலில் பின்வருமாறு குறிப்பிட்டுள்ளார்: தமது நண்பர்களுள் ஒருவுராகிய

ரோமன் கத்தோலிக்க உபதேசியார் ஒருவரைச் சீர்திருத்த சபையின் இந்திய ஊழியர் ஒருவர், ஒரு நாள் மாலைப் பொழுதில் தம்முடன் வந்து தாம் கிறித்தவர் அல்லாதவருக்குச் செய்தியை அறிவிப்பதைக் கேட்குமாறு வலிந்து கேட்டுக்கொண்டாராம். அம்மாலைப் பொழுதில் அங்கே குழுமியிருந்தவர்கள் புதிய அருளுரையாளரைக் கண்டு வியப்படைந்தவர்களாய் அவரிடம், "ஐயா, நீங்களும் அருளுரை வழங்கிடவா வந்துள்ளீர்கள்? சிலை வணக்கம் பாவமானது என்று நீங்களும் சொல்லத் துணிந்துவிட்டீர்களா? சில நாட்களுக்கு முன்பு உங்களுடைய ஆலயத்தைச் சுற்றி உங்களுடைய சிலைகளை உங்களுடைய மக்கள் சுமந்துகொண்டு சென்றதை நாங்கள் பார்க்கவில்லையா?" என்று கேட்டார்கள். அவர்களுடைய சொற்களால் மனங்கலங்கிய உபதேசியார், 'அவர்கள் சுமந்து சென்றவைச் சிலைகள் அல்லவென்றும், அறிவீனமான மக்களின் மனங்களில் நல்ல உண்மைகளைப் பற்றி ஆழமானதோர் எண்ணத்தை ஏற்படுத்தும் நோக்கத்துடன் வைக்கப்பட்டுள்ள உருவப் பொம்மைகளே என்றும் அவற்றுக்கு முன்பாகப் பணிவதால் அம்மக்கள் அவற்றை வணங்குவதில்லை. மாறாக அவர்கள் கடவுளையே வணங்குவதாகத்தான் அது பொருள்படும்' என்று அவர்களுக்கு எடுத்துக்காட்ட அரும்பாடுபட்டார். கிறித்தவர் அல்லாதவரான சிலைவழிபாட்டினர் அவருக்குப் பதிலுரைத்து, 'அதே நோக்கத்திற்காகத்தான் நாங்களும் சிலைகளை வைத்திருக்கிறோம், உங்களுடைய உருவப் பொம்மைகளுக்கும் எங்களுடைய உருவப் பொம்மைகளுக்கும் இடையேயுள்ள வேறுபாடு என்ன? அவை ஒரே மாதிரியானவையல்லவா? என்று சொன்னார்களாம். அதைத் தொடர்ந்து திரு.மற்றீர் தனது முடிவை அறிவிக்கிறார். இந்நிகழ்ச்சிக்குப் பின்னர் அருளுரையாற்றிட எவரும் துணிந்து வெளியிடங்களுக்குச் செல்லவில்லை.

இங்கு காணப்படும் அனைத்துச் சமூக ஒழுங்கீனங்களுக்கும் ஏற்ற சஞ்சீவி (மருந்து) கல்வி ஒன்றே. மற்ற மனிதரைப்போலவே அவனும் மனித உரிமைகள் படைத்த ஒரு மனிதனே. தன்னைத்தான் உயர்த்திக்கொள்வதன் மூலமே அவன் அந்த உரிமைகளை வெல்ல முடியும் என்று பறையனுக்குப் போதியுங்கள். வேலைக்குப் போவதெப்படி என்று அவனுக்குக் காட்டுங்கள், அதன்பின் விளைவுகளை அவனிடத்திலும் காலத்திடமும் விட்டு விடுங்கள். இவ்விதமாகத்தான் பறையரின் பிரச்சினை எனது கவனத்திற்கு வந்தது. நான் செய்தவையாவுமே இதே வழிகளில்தான் அமைந்திருந்தன. அவர்களை ஏதோ ஒரு மதத்திற்கு மாற்றும் ஆர்வம் எனக்கில்லை. அவர்களுடைய கடன்களைத் தீர்ப்பதோ, அவர்களுக்குத் தொழில் தொடங்கித் தருவதோ அவர்களுடைய

உதவியையோ அல்ல நன்றியையோ அல்லது எவ்வகையான சுயநல வேட்கையையும் நிறைவு செய்வதோ எனது நோக்கமாக இருந்ததில்லை.

என்னைச் சுற்றிலும் உதவிகேட்டுக் கதறிக்கொண்டிருக்கும் ஒடுக்கப்பட்டுக் கீழ்நிலையிலுள்ள பரிதபிக்கத் தக்க மனிதர்கள் இருந்தார்கள். அவர்களுக்கு நிரந்தரமான நன்மை தருமென்று நான் நம்பியவற்றை மட்டுமே அவர்களுக்குக் கொடுத்தேன். எந்தவகையான கட்டணமும் இல்லாமல் அவர்களுடைய குழந்தைகள் படிப்பதற்கான ஒரு பள்ளியைத் திறந்தேன். மாணவர்களெல்லாம் அப்பள்ளியில் நான்காம் வகுப்பு வரையிலும் எழுத்துகளை உச்சரித்தல், வாசித்தல், எழுதுதல், கணிதம், தங்களது தாய்மொழியாகிய தமிழ் மற்றும் அவர்களால் ஏற்றுக்கொள்ளக்கூடிய அளவு ஆங்கிலம் ஆகியவற்றைக் கற்க வேண்டும். தென்னிந்தியாவிலும் பர்மாவிலுமுள்ள ஐரோப்பியர்கள் மற்றும் அமெரிக்கர்களின் வீட்டு வேலைக்காரர்கள் எல்லாமே பறையர்களாதலால் சமையல் செய்வது, கிழிந்த ஆடைகளைத் தைப்பது, உணவு மேசையை ஒழுங்குபடுத்துவது, குடும்பக் கணக்கினை எழுதுவது போன்றவற்றை மாணவர்களுக்குக் கற்றுக் கொடுத்தேன். அவர்களுக்கு எளிதில் கிடைக்கக் கூடியதும் நல்ல ஊதியம் தருவதுமான வேலைகளைப் பெற்று அவற்றில் நிலைத்திருப்பதை உறுதி செய்யும் வகையில் இப்பயிற்சியை அவர்களுக்கு அளித்தேன். மதிப்புக்குரிய என் உடன் ஊழியரும் நண்பருமான ‘தியோசாபிகல் சொசைட்டி’யின் பதிவுச் செயலாளர் டபிள்யூ.ஏ.இங்கிலீஷ், எம்.டி அவர்களும் நானும் வகுத்த இவ்வெளிய திட்டத்தினடிப்படையில் தொடங்கப்பட்டதுதான் ‘பஞ்சமர் கல்வித்திட்டம்.’

எமது சபை அலுவலகத்தின் அருகில் 1894இல் ஒரு பள்ளி தொடங்கப்பட்டதிலிருந்து இவ்வியக்கம் ஆரம்பமானது. பள்ளியின் கட்டடம் மண் சுவர்களால் ஆனது. தென்னை ஓலை வேயப்பட்ட கூரையாலான பள்ளிக்கட்டடம்; சுருங்கக் கூறின் பறையர்கள் வசிக்கும் குடிசைகளைப் போலவே இருந்தது. அது மிகப் பிரமாண்டமாக அமையவில்லை. மிகச் சில டாலர்கள் செலவிலேயே அது கட்டப்பட்டிருந்தாலும் அதன் நோக்கம் நிறைவேறியது. இந்தச் சிந்தனை நல்லதாகத் தோன்றியதுடன் அது மக்களின் வரவேற்பைப் பெற்றது. மாணவர்களின் எண்ணிக்கை பெருகவே ஆசிரியர்களும் கூடுதலாகச் சேர்க்கப்பட்டார்கள். இத்திட்டத்தின் சிறப்பில் பங்கேற்க விரும்பிய தொலைதூரத்திலிருந்த நண்பர்கள் அவ்வப்பொழுது எனக்குப் பணம் அனுப்பினார்கள். எங்களை விட்டு மறைந்திருந்த உடன் ஊழியரும் சிநேகிதியுமான ஹெய்ச்.பி.பிளாவட்ஸ்கியின் (H.P.Blavatsky) நினைவாக இரண்டாவது பள்ளி 1899இல் திறக்கப்பட்டது. மூன்றாவது பள்ளி

1899இல் திறக்கப்பட்டது. அன்புக்குரியவரும் விசுவாசமிக்கவருமான இளம் பிராமணர் தாமோதர் கே.மாவலங்கர் பெயரில் இப்பள்ளியைத் தொடங்கினேன். நான்காவது பள்ளி புகழ்பெற்ற பறைத்துறவியும் அறிஞருமான திருவள்ளுவரின் பெயரில் கடந்த ஆண்டில் தொடங்கப்பட்டது.

உதவியாளர்கள் வேண்டி நான் விடுத்த கோரிக்கைக்குப் பதிலளிக்கும் வகையில் 1898ஆம் ஆண்டின் இலையுதிர் காலத்தில் அமெரிக்க நாட்டின் மின்னசோட்டா (Minnesota) பல்கலைக்கழகத்தின் தலைசிறந்த பட்டதாரியான செல்வி எஸ்.இ.பால்மர் பி.ஏ., பி.எஸ்சி., தமது நீண்டகாலப் பணி அனுபவத்துடன் என்னிடம் வந்து பஞ்சமர் பள்ளியின் பொதுக் கண்காணிப்பாளர் பொறுப்பை ஏற்றார். அவ்வம்மையாரது திறமைமிக்க மேலாண்மையில் அப்போது இயங்கி வந்த இரு பள்ளிகளும் அவர்கள் பணியாற்றத் தொடங்கியதைத் தொடர்ந்து தொடங்கப்பெற்ற வேறு இரு பள்ளிகளும் வெகுவாகச் செழித்தோங்கின. எங்களால் சரியான அளவில் பராமரிக்க முடியாத அளவிற்கு மாணவர்கள் பெற்றோர்களால் அனுப்பி வைக்கப்பட்டார்கள்.*

பள்ளிகளில் சேர்க்க வேண்டியவர்களைக் கவனத்துடன் தேர்ந்தெடுத்துக் காலந்தவறுபவர்களையும் அலட்சியமாயிருப்பவர்களையும் கவனமாகக் களையெடுப்பதன் மூலம் நல்ல குழந்தைகளுக்கு இடமளிக்கும் நிலையை ஏற்கெனவே வந்தடைந்துள்ளோம். 1901ஆம் ஆண்டிற்கான செல்வி. பால்மரின் ஆண்டறிக்கையில் “20 டிசம்பர் 1901 நிலவரப்படி ஆல்காட் பறையர் பள்ளிகளில் கல்வி கற்கும் மாணவர்கள் மொத்தம் 534 பேர். இவர்களுள் 384 மாணவர்களும் 150 மாணவிகளும் ஆவார்கள். தற்போது வழங்கப்படும் கல்வி நான்காம் வகுப்பு வரை தொடருகிறது.

பஜார் கணக்குகளை எழுதுதல், விலைப் பட்டியலைத் தயாரித்தல், ஆங்கிலேயரின் நாணயம் மற்றும் இந்திய நாணயத்தில் கூட்டுக் கணக்குகளைச் செய்தல், இங்கிலாந்து மற்றும் இந்திய நாட்டு

---

*மூன்றாண்டு காலப் பணிக்குப் பின்னர் கடந்த ஆண்டின் பிப்ரவரி மாதத்தில் செல்வி.பால்மரின் உடல்நிலை மாறுபட்ட சீதோஷ்ண நிலையுள்ளதொரு இடத்திற்கு மாறுதலாகிச் செல்லத் தூண்டியது. அவர்களைத் தொடர்ந்து சிகாகோ நகரைச் சேர்ந்த திருமதி.கோர்ட்ரைட் அப்பணியை ஏற்று கடந்த நான்காண்டு காலமாகச் சென்னைப் பெருநகரின் மேற்குப் பகுதியிலுள்ள குடிசைகளில் கல்விப் பணிக்குத் தம்மை அர்ப்பணித்துள்ளார்கள்.

எடைகள், சென்னையில் வழக்கிலிருக்கும் முகத்தலளவை, அளத்தல், கால நேரத்தைக் கணித்தல் போன்றவற்றைச் செய்திட மாணவர்கள் பயிற்றுவிக்கப்படுகிறார்கள். இம்மாநிலத்தின் புவியியல் பற்றிய சிறப்புக் கவனத்துடன் புவியியலின் அடிப்படைக் கருத்துகளையும் அவர்கள் அறிந்து கொள்கிறார்கள். தாங்கள் காணும் எந்தவொரு தமிழ் நூலையும் வாசிக்கப் பழகுகிறார்கள். மூன்றாம் வகுப்பு ஆங்கிலப் பாடநூலை அவர்களால் வாசிக்க முடிகிறது. வழக்கிலுள்ள எளிய ஆங்கிலச் சொற்களை எழுத்துக் கூட்டி வாசிக்க அவர்களால் முடிகிறது. ஆங்கிலத்தில் உரையாடவும் பயிற்றுவிக்கப்படுகிறார்கள். ஆங்கிலச் சொற்களை படிக்கிறார்கள். பொதுச் சுகாதாரம் பற்றிய செயல்முறைப் போதனையும் அளிக்கப்படுகிறது. ஒரு பள்ளியில் உள்ள மாணவர்களுக்கு மாதமிருமுறை சமையல் கலையும் கற்பிக்கப்படுகிறது. தங்களுக்குரிய பாவாடைகளையும் இரவிக்கைகளையும் மகளிரும் இளமகளிரும் அணியும் குட்டைக் கைகளையுடைய மேலாடைகளையும் வெட்டித் தைப்பதற்குரிய பயிற்சியை மாணவிகள் பெறுகிறார்கள். ஆல்காட் இலவசப் பள்ளி 15 மாணவ மாணவியரை நான்காம் வகுப்புக்கான அரசுத் தேர்வினை எழுத சைதாப்பேட்டைக்கு அனுப்பியது; அனைவரும் அத்தேர்வில் வெற்றி பெற்றனர். ஹெய்ச்.பி.பி. நினைவுப் பள்ளி (H.P.B. Memorial School) அரசுத் தேர்வுக்கு அனுப்பிய நால்வரில் இருவர் வெற்றி பெற்றனர்; இரு மாணவர்கள் இரண்டே மதிப்பெண்கள் குறைவாகப் பெற்றுத் தோல்வியுற்றனர்.

எமது கல்வித் திட்டத்தை நிறைவு செய்துள்ள மாணவர்களின் பட்டியலை அண்மையில் தயாரித்த வேளையில் 31 மாணவர்கள் வேலையில் அமர்த்தப்பட்டிருப்பதைக் காண முடிந்தது. இவர்களுள் 21 பேர் சமையல்காரர்கள், ஆடை அணிவிப்பவர்கள், பட்லர்கள் போன்ற வீட்டு வேலைகளைச் செய்கிறார்கள். நால்வர் ஆசிரியர்களாகவும் ஒருவர் காவல்துறையிலும் பணிபுரிகிறார்கள். ஏனையோர் அலுவலக ஏவலர்களாகவும் நீதிமன்றச் சேவகர்களாகவும் பணிபுரிகிறார்கள். இவ்வாண்டில் நான்காம் வகுப்பில் தேறிய 17 பேரில் ஐவர் ஆசிரியராகத் தகுதி பெறும் வகையில் ஆசிரியர் பயிற்சிக் கல்லூரிக்குள் செல்வர்.

உணவுப் பற்றாக்குறையின் காரணமாக ஏழ்மை நிலையிலுள்ள நமது பள்ளி மாணவ மாணவியர் பலவீனமாயிருப்பதனாலும் அவர்களைப் பள்ளிக்கு வர அனுமதிப்பதில் பெற்றோர்கள் பெருந்தியாகம் செய்கிறார்கள் என்பதாலும் அவர்களை உற்சாகப்படுத்தும் வகையில் மாதந்தோறும் ஒவ்வொரு குழந்தைக்கும் சிறிதளவு அரிசி வழங்கப்படுகிறது; இவ்வாறாக மாதத்தில் ஒரு முறையாவது அவர்களுக்கு முழு உணவு உறுதியளிக்கப்படுகிறது.

மனத்திறன்களைப் பொருத்தமட்டிலும் இப்பறையரினக் குழந்தைகள் கீழைநாட்டிலும் மேலைநாட்டிலும் உள்ள ஏனைய வகுப்பினரின் குழந்தைகளுடன் ஒப்பிடத்தக்க நிலையிலேயே இருக்கின்றனர். பல நூற்றாண்டுகளாக அறியாமையில் உழன்ற பாரம்பரியம் இருப்பினும் வியத்தகு முறையில் அவர்கள் கற்பதில் ஆர்வமுள்ளவர்களாக இருக்கிறார்கள். முன்னோக்கி ஓரடி எடுத்து வைத்திட இக்குழந்தைகள் ஆயத்தமாகவே உள்ளனரென்னும் உண்மை தெளிவாகவே தென்படுகிறது. வளர்ச்சிப்படியில் உயர்நிலையை அடைந்திடத் தங்களைப் பலப்படுத்திட உதவும் கரங்களுக்காகவே அவர்கள் காத்துக்கொண்டிருக்கிறார்கள்" என்று குறிப்பிட்டுள்ளார்கள்.

கடந்த பிப்ரவரி மாதத்திற்கான 'பிரம்மஞானி' இதழில் நமது பள்ளிகள் பற்றிய செல்வி.பால்மரின் துணை அறிக்கை வெளியிடப்பட்டது. அவ்வறிக்கை, ஏழைப்பறையர்களிடம் நாம் கண்டுள்ளதைப் போன்ற இழிநிலைக்குத் தள்ளப்பட்டு இருக்கையில் ஓர் இனம் தாம் இழந்துவிட்ட சக்தியை மீண்டும் பெறுவது இயலாதென்று எண்ணுவோரின் மனங்களில் ஆழமானதொரு தாக்கத்தை ஏற்படுத்தும் நோக்கத்துடன் அமைந்திருந்தது. இந்துக்களின் 'மறு அவதாரம்' எனும் கொள்கையைத் தவிர அவ்வறிக்கையில் தரப்பட்டுள்ள புள்ளி விவரங்களை விளக்கக் கூடிய கொள்கை எதனையும் நான் அறிந்ததில்லை. ஒவ்வொரு மனிதனிடமும் இருப்பதைப் போலவே சம அளவில் பறையனிடமும் உள்ள உயரிய ஆளுமை தான் வாழும் சூழ்நிலைக்கேற்பத் தன்னை மாற்றிக்கொண்டுள்ள பறையனின் உடலில் உறைந்துள்ள கீழான ஆள்தன்மையைக் காட்டிலும் உயர்ந்தது என்பது தெளிவாகத் தெரிகிறது. சமூகப் புறக்கணிப்பு என்னும் சேற்றில் மூழ்கடிக்கப்பட்ட நிலையில் இருக்குமளவும் அதிலிருந்து எழுவதற்கான போராட்டம் எதுவுமே இல்லாமல் அவனுக்குள்ளிருக்கும் மனவலிமை அதற்குரிய வாய்ப்பு கிடைக்கும்போது தன்னை வெளிக்காட்டுகிறது. நடுநிலையுடன் சிந்திக்கும் ஓர் இந்து உருவாகிவரும் ஓர் இனத்தின் தற்காலப் பிறவி மறுபிறப்பு எனும் படிகளில் ஒருவர் செய்த நல்வினைகளும் தீவினைகளும் சேர்ந்த கலவையின் பலனாய் விளைந்ததென்று கருதி இப்போது தரப்படும் பள்ளிக்கூடப் புள்ளிவிவரம் தங்களது சக மனிதர் மீது காட்டிய கொடுமை மற்றும் அநீதியின் பலனாகப் பெற்ற தண்டனையாகவே பறையன் எனும் இனத்தில் இம்மாணவர்களின் ஆன்மாக்கள் பிறவியெடுத்துள்ளன என்று கூறுவார். தெய்வீக நீதிபெறும் தங்களது உயரிய சிந்தனையின் அடிப்படையில் தீமை செய்கிற ஒவ்வொருவரும் தமக்குத் துன்பத்தையும் தண்டனையையும் வருவித்துக்கொள்கிறார்.

இவ்வறிமுகச் சிந்தனையுடன் செல்வி.பால்மரின் அறிக்கையை நாம் இப்போது படித்துப் பார்ப்போம். அவ்வம்மையார் கூறுவதாவது:

"நம்முடைய நான்கு பள்ளிகளுள் 1901–1902 கல்வியாண்டில் மூன்று பள்ளிகள் ஆய்வு செய்யப்பட்டன. மைலாப்பூரிலுள்ள திருவள்ளுவர் இலவசப்பள்ளி அங்கீகாரம் பெறத்தக்கவகையில் முன்கூட்டியே நிறுவப்பட்டிருக்கவில்லை.

ஆல்காட் இலவசப்பள்ளியும் H.P.B நினைவுப் பள்ளியும் 1899–1900இலும் 1990–1901இலும் ஆய்வு செய்யப்பட்டன. அதற்கு முந்திய நான்கு ஆண்டுகளிலும் ஆல்காட் இலவசப்பள்ளி மட்டுமே இயங்கிவந்தது.

	தேர்வுக்கு அனுப்பப் பட்டவர்கள்	தேறியவர்கள்	சதவீதம்
1895 – 96	14	12	86
1896 – 97	33	25	75
1897 – 98	34	21	62
1898 – 99	54	33	61

கல்வித்துறை ஒழுங்கின்படி தேர்வுக்கு ஆறு மாதங்களுக்கு முன்னரே மாணவர்கள் பள்ளிச் சேர்க்கைப்பட்டியலில் இடம்பெற்றிருக்க வேண்டும். இதன் காரணமாகப் பலர் தேர்வு எழுதுவதிலிருந்து விலக்கி வைக்கப்படுகிறார்கள். பறையர்களின் வேலையின் தன்மை காரணமாக மற்ற இனத்தவருடன் ஒப்பிட்டுப் பார்க்கையில் அவர்களின் உறைவிடம் அடிக்கடி மாறுதலுக்கு உள்ளாகிறது.

பஞ்சமக் குழந்தைகள் தங்களுடைய உழைப்பின் மூலம் அவர்களுடைய குடும்பங்களுக்கு உதவக்கூடிய வயதை எட்டும்போது அக்குழந்தைகள் பள்ளிக்கூடங்களிலிருந்து எடுக்கப்படுகிறார்கள். அவர்கள் ஈட்டும் ஊதியம் ஆங்கிலேயரின் அரைசதம் அல்லது அமெரிக்கரின் ஒரு சதத்துக்குச் சமமான அரையணாதான். எனினும் அவர்களுக்குக் கொடுக்கப்படும் சிறிதளவிலான கல்விகூட வீண்போவதில்லை. ஆறுமாதக் கல்வியின் மூலமாகக் கூட அவர்கள் கல்வி மீது பெரு விருப்பத்தைப்பெற்றுக்கொண்டு தமிழில் உள்ள எளிய நூல்களை வாசிக்கத் தெரிந்திருக்கிறார்கள் என்பது தெரியவந்துள்ளது.

பறையர்களுக்குக்குக் கல்வி புகட்டுவதில் நீண்டகால அனுபவம் பெற்ற ஒருவர் சொல்லுவதைப் போல் பெற்றுக்கொண்ட கல்வி இந்தத் தலைமுறையினருடன் நின்று விடுவதில்லை. பிற்காலத்தில் பெற்றோராகப் போகும் இவர்கள் தாங்களே பாராட்டத் தெரிந்துள்ள வாய்ப்புகளைத் தங்களுடைய குழந்தைகளுக்கும் கொடுக்கப் பாடுபடுவார்கள்.

தங்களுடைய நன்கொடைகள் மூலம் எங்களுக்கு உதவியுள்ள கருணையுள்ள நண்பர்கள் சென்னை மாகாணம் முழுமையிலும் தேர்வெழுதிய மாணவர்கள், சராசரியாகத் தேறிய மாணவர்கள் அடங்கிய பட்டியலுடன் எமது பறையர் மாணவர்கள் ஈட்டியுள்ள சராசரி வெற்றியை ஒப்பிட்டுப் பார்த்து மகிழ்ச்சியடைவார்கள் என்பதால் அவ்விவரம் கீழே தரப்பட்டுள்ளது:

சென்னை மாகாணம்

1900 – 1901

பாடவகுப்பு வாரியாகத் தேர்வுக்கு அனுப்பப்பட்ட மற்றும் தேர்ச்சி பெற்ற அனைத்து இனம் சார்ந்த மாணவ மாணவியரின் எண்ணிக்கை:

வகுப்பு	தேர்வுக்கு அனுப்பப் பட்டோர்	தேறியவர்கள்	சதவீதம்
மழலையர்	58,058	42,605	73
I வகுப்பு	64,928	50,928	78
II வகுப்பு	53,859	42,910	79
III வகுப்பு	39,172	27,990	70
IV வகுப்பு	11,199	8,026	71
			சராசரி: **75.9**

ஆல்காட் இலவசப் (பறையர்) பள்ளிகள்

	1899 – 1900			1900 – 1901			1901 – 1902		
	தேர்வு எழுதியவர்கள்	தேறியவர்கள்	தேறியவர்களின் சதவீதத்தில்	தேர்வு எழுதியவர்கள்	தேறியவர்கள்	தேறியவர்களின் சதவீதத்தில்	தேர்வு எழுதியவர்கள்	தேறியவர்கள்	தேறியவர்களின் சதவீதத்தில்
மழலையர்	37	27	73	29	25	86	81	61	75
I வகுப்பு	28	24	85	26	16	61	66	51	77
II வகுப்பு	10	10	100	24	23	95	42	39	92
III வகுப்பு	10	10	100	10	9	90	38	20	52
IV வகுப்பு	5	5	100	7	7	100	15	15	100
மொத்தம்	**90**	**76**	**84**	**96**	**80**	**83**	**242**	**186**	**76**

பறையரின மாணவர்களின் தேர்ச்சி விகிதம் 81 விழுக்காடு ஆகும். அதாவது முழு மாநிலத்தின் தேர்ச்சி விகிதத்தைக் காட்டிலும் 5 விழுக்காடு அதிகமாகும்.

இவ்வாண்டில் காலராவெனும் தொற்றுநோய் காரணமாகப் பலவாரங்களாக எல்லாப் பள்ளிகளுமே மூடப்பட்டிருந்தன. தேர்வுக்குச் சற்று முன்னரே அவை திறக்கப்பட்டன.

மேலே தரப்பட்டுள்ள மகத்தான வெற்றி உண்மையில் எமது ஆசிரியர்களின் (பாதிப்பேர் பஞ்சமர்கள்) விசுவாசமும் ஞானமும் கொண்ட பணியினாலும் செல்வி.பால்மரின் கைத்தேர்ந்த பொது மேலாண்மை காரணமாகவும் ஏற்பட்டது.

இவ்விவரக்குறிப்பின் மூலம் நான் கூறியுள்ளவற்றைக் கவனித்துக் கொண்டு இருபது நூற்றாண்டுகளாகப் பறையர் வாழ்ந்த மிருகத்தனமான சூழலைப் பற்றிய தெளிவைப் பெற்றுக்கொண்டிருக்கும் சிந்தனைத்திறன் கொண்ட வாசகர் மேலே தரப்பட்டுள்ள புள்ளி விவரங்களின் ஆழமானதும் மிகத் தெளிவானதுமான முக்கியத்துவத்தைக் காண்பர். இங்கே தரப்பட்டுள்ள ஒப்பீடு பறையரின் மாணவர்களுக்கும் ஏனைய புறக்கணிக்கப்பட்ட மாணவர்களுக்குமிடையே செய்யபட்ட ஒன்றல்ல; மாறாகப் பறையரின் மாணவர்களுக்கும் முழு சென்னை மாகாணத்திலுள்ள உயர்ந்தவரோ தாழ்ந்தவரோ இந்து, முஸ்லிம், ஐரோப்பியர் என்றுமுள்ள அனைத்து இனங்களையும் சார்ந்த மாணவர்களுக்குமிடையே செய்யப்பட்ட ஒப்பீடாகும்.

மேலும், கல்வித்துறைக்கு அனுப்பப்படும் ஆய்வு அறிக்கைகளின் விவரங்கள் அதிகாரப்பூர்வமானவையும் மறுக்க முடியாதவையுமாகும். எங்களுடைய மாணவர்கள் 500 அல்லது 600 பேர் மட்டுமே என்பதும் எமது பாடத்திட்ட நான்காவது வகுப்பு வரையில் மட்டுமே உள்ளதென்பதும் உண்மையே. எனினும் இந்த ஒப்பீடு காட்டும் உண்மை இச்சோதனை முயற்சியில் எனக்கு முயற்சியில் எனக்கு உதவியாய் இருந்துள்ள நண்பர்களுக்கு முழு மனநிறைவளிக்கும் வகையிலும் குறிப்பிடத்தக்க வகையிலும் உள்ளது.

சென்னை மாகாணத்திலுள்ள 60 லட்சத்துக்கும் குறைவாகப் புறக்கணிக்கப்பட்ட இனத்தவர் உயர்த்திட முயற்சிக்கும் பிரமாண்டமான தொரு கடமையைச் செய்யும் எண்ணம் எனக்கில்லையென்று அதே நண்பர்களை எச்சரித்திட இதுவே ஏற்ற இடமாகும். அத்தகைய செயல்பாடு அரசிடமும் ஏற்கெனவே 70,000 மாணவ, மாணவியர் கல்வி கற்கும் 40,000 கல்வி நிலையங்களைப் பறையரினத்தவருக்காகத் திறந்து அருள் தொண்டர் சங்கங்களிடமும் விடப்பட வேண்டும். என்னுடைய தாழ்மையான திட்டம் யாதெனில் சென்னை மாநகரிலும் அதன் அருகிலும் உள்ள சில நூறு மாணவர்களைத் தேர்ந்தெடுத்து, தங்களுடைய மதத்தை விட்டு விட கிறித்தவ மதத்தை அவர்கள் ஏற்றுக்கொள்ள வேண்டுமென்று எதிர்பார்க்காமலேயே அவர்களுடைய மனவளர்ச்சிக்கும் சன்மார்க்க ரீதியான வளர்ச்சிக்கும் என்ன செய்யப்படக் கூடும் என்று காண்பிப்பதுவேயாம். இதைக் காட்டிலும் உயர்வான காரியங்களைச் செய்வதற்குரிய பணமும் என்னிடம் இல்லை. வகுப்புவாத உணர்வு கலவாத (non - sectarian) அமைப்பாகிய பிரம்ம ஞான சபையின் தலைவர் என்ற வகையில் எனக்கிருக்கும்

பணிகளுக்கிடையே அப்படிப்பட்ட பணியினைச் செய்வதற்கு எனக்கு நேரமும் இல்லை.

பறையரின மாணவர்களின் ஆசிரியர்களாகச் செயல்படுவதற்குப் பறையரின மாணவர்களிலேயே பேரார்வமும் ஞானமும் கொண்டவர்களுக்குத் நாங்கள் பயிற்சியளிக்கிறோம். பறையரல்லாத மாணவர்களையும் சேர்த்துக்கொள்ளுமாறு கோரப்பட்டாலும் கூட எமது பள்ளிகள் மேல்சாதியினரின் பிள்ளைகளுக்கானவையல்ல. இப்பிரச்சினை பறையர் என்போர் யார்? அவர்களின் பூர்வீக மதம் எது? எனும் கேள்விகளுக்கு என்னைக் கொண்டு வந்து விடுகிறது.

மூன்றாண்டுகளுக்கு முன் சென்னையைச் சேர்ந்த நாட்டு வைத்தியர் திரு.அயோத்திதாஸ் என்னும் தங்களது அங்கீகரிக்கப்பட்ட தலைவர்களுள் ஒருவரின் தலைமையில் இவ்வினமக்களின் குழு ஒன்று என்னைக் காணவந்தது. அக்குழுவினர் என்னிடம் தங்களது இனத்தவரே இந்தியாவின் இப்பகுதியின் பூர்வீகக் குடிகள் என்றும் அசோகப் பேரரசரின் காலத்தில் அவர்கள் பௌத்தர்களாய் இருந்ததாகவும் சொன்னார்கள். இதனை நிரூபிப்பதற்குரிய பழங்கால நூல்கள் இருந்தனவென்றும் கூறினர் . தங்களிடையே புத்த மதத்தைப் புதுப்பிக்கத் துணை செய்யுமாறும் தங்களுடைய மூதாதையரின் முறைகளிலேயே தொழுகை நடத்திடத் தங்களுக்கு ஓர் ஆலயம் கட்டித் தருமாறும் என்னிடம் கெஞ்சினர். நான் ஒரு பௌத்தச் சங்கத்தை அமைக்க விரும்பினால் அதில் சேரத் தயாராக இருக்கும் நூற்றுக்கணக்கானோரின் பெயர்கள் தங்களிடம் இருப்பதாகவும் என்னிடம் சொன்னார்கள். உண்மையில இவையாவும் என்னை வெகுவாகக் கவர்ந்தன. அதன் விளைவாக அச்சமுதாயத்தின் மிக மதிப்புக்குரிய தவைர்களை ஒரு மாநாட்டில் சந்தித்தேன். அதன் பின்னர் டாக்டர் அயோத்திதாஸ் அவர்களையும் எமது பள்ளிகளில் ஒன்றுக்குத் தலைமை ஆசிரியராய் விளங்கிய திரு.பி.கிருஷ்ணசாமி என்பவரையும் கொழும்புக்கு அழைத்துச் சென்று சிறந்த கல்விமானாகிய தலைமை குரு ஹெய்ச். சுமங்கலாவின் முன்னிலையில் தங்களுடைய கோரிக்கையைச் சமர்ப்பிக்கச் செய்தேன். அக்குருவும் அவர்களை முழு மனதுடன் வரவேற்று அவருடைய தர்மசாலையில் (அருளுரை மண்டபம்) பெருந்திரளாகக் கூடியிருந்த மக்கள் கூட்டத்தில் அறிமுகப்படுத்தினர். என்னை அவர்களுடைய தாளாளராகக் (sponser) கருதிக் கொண்டவராய் அவர்களுக்குப் புத்த மத்தின் ஐம்பெருண்மைகளைத் கற்றுக் கொடுத்து அவர்களைப் பௌத்தர்களாக அங்கீகரித்தார்.

இதுவரையிலும் எல்லாமே தவறாகவே நடந்து முடிந்தது. நாங்கள் சென்னைக்குத் திரும்பினோம். பின்னர் பௌத்தச் சங்கத்தைத் தொடங்கும் பிரச்சினையில் ஈடுபட்டோம். தங்களுடைய உரிமைகளுக்கு ஆதாரமான சாட்சியத்தைக் கொண்டிருந்ததாக அவர்கள் சொல்லிக்கொண்டிருந்த அஸ்வகோஷரின் பழைய ஓலைச்சுவடியை என்னிடம் காட்டுமாறு அவர்களைப் பணித்தேன். அயோத்திதாசர் வீட்டிலில்லாத வேளையில் வஞ்சக எண்ணம் கொண்ட ஒருவரால் அச்சுவடி களவாடப்பட்டிருந்ததால் அவர்களால் அதை என்னிடம் காட்ட முடியவில்லை. இந்நிலை உடனடியாக முன்னேறத்திற்கு முட்டுக்கட்டை போட்டது. பிரம்ம ஞான சபையின் தலைவர் என்ற முறையில் மக்களை ஒரு மதத்திலிருந்து வேறொரு மதத்திற்கு அழைத்துச் செல்லும் மதமாற்ற நடவடிக்கை எதிலும் ஈடுபட எனக்கு உரிமை இல்லையென்பதை நான் அவர்களுக்கு விளக்கிச் சொன்னேன். தங்களுடைய மத்தைப் புரிந்துகொண்டு அதன் மீதே பற்றுதலாயிருந்திட நான் அவர்களுக்கு உதவி செய்யலாம்.

தாங்கள் பௌத்தர்களாய் இருந்ததையும் தங்களுடைய நாடு தங்களிடமிருந்து அபகரிக்கப்பட்டது போலவே தங்களுடைய மதமும் அபகரிக்கபட்டதென்பதை அவர்கள் எனக்கு நிரூபித்துக்காட்ட முடியுமானால் அவர்கள் என்னிடம் கேட்ட யாவற்றையும் நான் செய்திட மகிழ்ச்சியடைவேன். அவர்கள் என்னை நச்சரித்துக்கொண்டேயிருந்ததால் எனது நிலைமையை நான் பலமுறை அவர்களுக்கு உறுதிபடக் கூற வேண்டியதாயிற்று. இந்த விஷயம் அம்மட்டில் நிற்கிறது. ஆனால், வேண்டப்பட்ட அத்தாட்சி கிடைக்குமென்பது பற்றியோ, காலப்போக்கில் தென்னிந்தியாவிலுள்ள இலட்சக்கணக்கான பறையர்கள் பௌத்த மதத்திற்குத் திரும்புவர்கள் என்பது பற்றியோ எனக்கு எந்தவித ஐயமும் இல்லை.

அசோகப் பேரரசரின் வரலாற்றை ஆய்ந்துள்ள திரு.வின்சென்ட் ஸ்மித் அவர்களின் கூற்றுப்படி அப்பேரரசரின் ஆட்சி 12° வட அட்சரேகை அல்லது கிழக்கே பாண்டிச்சேரி மற்றும் மேற்கே கண்ணனூர் தொடங்கி வடக்கே இந்துகுஷ் மற்றும் இமயமலை வரையிலும் பரவியிருந்தது. அவரது ஆட்சி எல்லைக்குத் தெற்கே சோழ, பாண்டிய, கேரள அரசர்கள் ஆட்சி புரிந்தார்கள். இம்மூன்று அரசர்களுக்கும் இலங்கையில் இருந்த பௌத்த அரசர்களுக்கும் இடையே நெருங்கிய உறவு இருந்து வந்தது. சிற்சில வேளைகளில் அவர்களிடையே பகையும் இருந்தது. இலங்கைத் தீவை ஆண்ட மன்னருக்கும் இம்மண்ணின் அரசர்களுக்கும் திருமண உறவுகள் கூட இருந்ததுண்டு.

சிலவேளையில் சிங்கள வெற்றியரசர் ஒருவர் தமது ஆளுகையை நிலைநாட்டித் தமது மதத்தைத் தமிழ் மண்ணில் பரப்புவார். சிலவேளையில் இந்தியப் படையெடுப்பாளர் இலங்கைத் தீவின் அரியணையில் வீற்றிருப்பவரை வீழ்த்திவிட்டுத் தமது ஆட்சியை அங்கு நிலைநாட்டுவார். வெற்றிபெறும் மன்னரின் மதம் ஊக்குவிக்கப் பெறுவதும் தோற்கடிக்கப்பட்ட மன்னரின் மதம் வேரறுக்கப்படுவதும் வழக்கமான நடைமுறைகளேயாம். சென்னையில் வெளியிடப்படும் சமயப் பத்திரிகையான *சித்தாந்த தீபிகையின்* பிப்ரவரி – மார்ச் இதழின் 161ஆம் பக்கத்தில் கொழும்புவைச் சேர்ந்த இந்து தமிழராகிய திரு.வி.ஜே.டி.பிள்ளை எழுதியுள்ளதாவது:

"சுமார் கி.பி.534இல் பெரும்பாலான தமிழ்ச் சைவ நூல்கள் புத்த மதத்தைச் சார்ந்த ஒரு இலங்கை அரசால் அழிக்கப்பட்டுவிட்டன. எனவே, தணியாத தமிழ்ச் சைவர்களின் மனங்களில் பௌத்தர்களுக்கெதிராக வளர்ந்திருந்த வெறுப்புக்குக் காரணம் கூறுவது கடினமல்ல..." மறுபுறம் பார்த்தால் தமிழ் மன்னர்கள் இலங்கையை வென்று ஆட்சியமைத்தபோது தென்னை மரங்களின் உயரத்திற்கு அடுக்கி வைக்கப்பட்டிருந்த பௌத்த சமய வேதங்கள் தீயிலிடப்பட்டுப் புத்த மதமே வேரறுக்கப்பட்டது. மதுரையை ஆண்ட பௌத்த அரசன் கூன்பாண்டியனின் மதமாற்றத்திலிருந்து தென்னிந்தியாவில் பௌத்த மதத்தின் வீழ்ச்சியைக் கணக்கிடலாம். பௌத்த மதம் தான் இழந்த பெருமையை அதன் பின்னர் பெற்றுக்கொள்ளவே இல்லை. இது கி.பி. ஆறாம் நூற்றாண்டில் நிகழ்ந்தது. உண்மையில் அசோகரின் ஆட்சியின் கீழ் பௌத்த மதமே அரசாங்க மதமாக இருந்தது. அவரது ஆட்சிக்குட்பட்ட எல்லை வரைக்கும் பௌத்த மதம் பரவியிருந்தது மட்டுமல்லாமல் அவரது ஆளுகைக்கப்பாலுள்ள பகுதிகளுக்கும் சமயப் பரப்பாளர்கள் மூலமாகப் பௌத்தம் பரப்பப்பட்டது. அவரது ஆட்சிப்பரப்பு பறையர்களின் திராவிட மூதாதையர்கள் பெருமளவில் வாழ்ந்த பெரிய மாவட்டங்களையும் உள்ளடக்கியிருந்ததால் அவர்கள் பௌத்தர்களாக இருந்திருக்கக் கூடும். அல்லது பௌத்த மதத்தைப் போன்றே அமைந்திருந்த ஜைன மதத்தவர்களாக அவர்கள் இருந்திருக்கக் கூடும். உண்மையில் ஜைன மதமென்பது இந்து மதம் கலந்த பௌத்த மதமே. இந்தக் கொள்கை வரலாற்றாலும் ஆதரிக்கப்படுகிறது என்பதை நாம் காணப்போகிறோம்.

"பறையர்கள் எப்போதுமே அவர்கள் இன்றுள்ள இழிநிலையிலேயே இருந்தவர்களல்லர். தமிழ்நாட்டில் இயற்றப்பட்ட செய்யுள் நூல்களிலேயே புகழ்பெற்று விளங்கும் குறள் "தெய்வீகப்பறையர்"

என்றழைக்கப்படும் திருவள்ளுவர் எனும் பொய் கொண்ட பறையர் ஒருவரால் எழுதப்பட்டது. (திரமென்ஹீர் அறிக்கையைக் காண்க) இந்திய அரசிதழ் கூறுவது போல புகழ்பெற்ற சீன யாத்ரீகரான யுவான்சுவாங் சென்னைக் கடலோரப்பகுதியில் புத்தமதம் செழித்தோங்கி இருந்ததைக் கண்டார். "உண்மையில் தென்னிந்தியா முழுவதும் பிராமணியக் கள்ளப் போதகர்களுக்கும் அவர்களுடைய கடவுளருக்கும் எதிராகப் போராடிய போதிலும் பௌத்த மதம் வளர்ந்துகொண்டே வந்தது." "நூற்றுக்கணக்கான சங்கங்களும் (துறவியர் மடங்கள்) பத்தாயிரம் துறவிகளும் இருந்தார்கள்" என்று யுவான் சுவாங் கூறுகிறார். பஞ்சமர்களே தென்னிந்தியாவின் பழங்குடி மக்கள் என்பதும் அவர்கள் தங்களுக்கு எதிரான சமயங்களின் அடியார்களுடன் செய்த கடுமையான போர்களில் வெற்றி கொள்ளப்பட்டார்கள் என்பதும் அறிவார்ந்த எழுத்தாளர்களால் இன்றும் நம்பப்படுகிறது. எனவே, என்னைச் சந்தித்த பறையர் குழுவின் கோரிக்கை வரலாற்று உண்மையானால் மறுக்கப்படவியலாததுதான். வரலாறு அதனை ஆதரிக்கவே செய்கிறது. 'பறையரும் நிலமும்' எனும் கட்டுரையில் அருள்திரு.கௌடி கூறுவதாவது, 'அழிந்து போன உயர்குல ஆட்சி வம்சங்களைப் பற்றிய நல்லுணர்வு கொண்ட மக்கள் இருக்கிறார்கள். அத்தகையவர்களுக்கு நான் சொல்ல விரும்புவதெல்லாம் இந்த நாட்டில் அத்தகைய வகுப்பினருள் மிகப் பழமையானவர்கள் மத்தியில் இடம் பெறத்தக்கவர்கள் பறையர்கள். அதன் காரணமாகவே தாராளமான சிந்தைகளில் அவர்களுக்கென்று ஓரிடம் இருக்க வேண்டும்."

அசோகப் பேரரசின் எல்லை பற்றிப் பேசும்போது குறிப்பிடப்பட்ட தென்னிந்தியாவின் பாண்டிய மன்னர்களும் பிற மன்னர்களும் திராவிடர்களே. எனவே அவர்கள் ஆரியர்களைப் போல வெள்ளை நிறத்தவராக இராமல் கறுப்பு நிறத்தவராகவே இருந்தனர். இப்போது சென்னை மாகாணத்தில் ஒதுக்கப்பட்ட இனமாகக் கணக்கிடப்பட்டுள்ள இனத்தவருள் பறையர் தமிழர்களாகக் குறிக்கப்பட்டுள்ளனர். இவர்கள் மற்றவர்களைக் காட்டிலும் பெரிதும் உயர்ந்தவர்கள். 1885ஆம் ஆண்டிற்கான நிர்வாகக் கையேடு (பக்.28) கூறுவது யாதெனில் "தமிழ்ப் பறையர் மற்றெந்த இனத்தவரைக் காட்டிலும் மேலான உடலியல் சிறப்புகளைக் கொண்டவர்கள். அந்த வகையில் அவர்களிடையே பறையர்கள் முதலிடம் பெறுகிறார்கள். உழைக்கும் திறன்கொண்ட இம்மக்கள் இந்த நாடு முழுவதிலும் உள்ள மக்களின் மிக முக்கியமானவர்களுள் ஒரு இனத்தவராய் விளங்குகின்றனர்." பெரும்பாலும் எல்லா பிராமணர்களுமே ஆரியர்கள் படையெடுத்துத் தென்னிந்தியாவைத் தங்களது ஆட்சியின் கீழ் கொண்டு வந்தார்கள்

என்று நம்புகிறார்கள். ஆனால், மேலே குறிப்பிடப்பட்ட கையேட்டில் இது மறுக்கப்பட்டுள்ளது. அக்கட்டுரையை எழுதியவர் வடமேற்கு இந்தியாவிலிருந்து வந்த திராவிடர்கள் தென்னிந்தியாவிலிருந்த பலம் குறைந்த பழங்குடியினத்தவரை வெற்றி கொண்டார்கள் எனும் கருத்தை ஆதரிக்கிறார். ஆயினும் இப்பகுதியில் திராவிடர்கள் குடியேறுவதற்கு முன்னர் மக்களினம் வாழ்ந்ததை ஏற்க மறுக்கின்றார். அம்மக்களை அவர் ஒரே இனக்குடும்பத்தின் இரு கிளைகளாகத் தமிழனத்துக்கு முந்திய திராவிடர், தமிழர் என்று விவரிக்கிறார். எப்படியிருப்பினும் இப்பொழுது பறையர் என்று வழங்கப்படுகிற மக்கள் வரலாற்றுக் காலத்திற்கு முந்திய, பிந்திய காலத்தில் மேலோங்கியிருந்த இனத்திலிருந்து தோன்றியவர்களே என்று நாம் எண்ணலாம். இவ்வாறு எண்ணுவது அருள்திரு.கௌடியால் குறிப்பிடப்பட்ட 'உயர்குல ஆட்சி வம்சம்' என்பதை உறுதிப்படுத்துகிறது.

முன்னொரு காலத்தில் ஆட்சி செய்த இவ்வினம் பல்வேறு காலகட்டங்களில் பல்வேறு சமயங்களை நம்பினவென்பதே வரலாறு நமக்குக் கற்றுத்தரும் பாடம். அவை பேய் வணக்கம், சமண மதம், பௌத்த மதம் மற்றும் இந்து மதமாகும். சில வேளைகளில் இம்மதமாற்றம் நாடாண்ட மன்னன் தனது மதத்தை மாற்றிக் கொள்வதன் விளைவாக ஏற்பட்டதுண்டு. இதற்கானதொரு தெளிவான வரலாற்றில் நிகழ்ந்த எடுத்துக்காட்டுதான் பேரரசர் அசோகரின் மதமாற்றத்திற்குப் பிறகு பௌத்த மதம் புத்தெழுச்சி பெற்றதும் பரவியதும் ஆகும்.

கணக்கிட முடியாத நூற்றாண்டு காலமாகவே தீவிரமான சமயச் சச்சரவுகளின் களமாகத் தென்னிந்தியா இருந்து வந்துள்ளது. ஒரு மதத்தை ஏற்றுக்கொள்ளச் செய்வதற்காகக் கையாளப்பட்ட முறைகள் சில வேளைகளில் கிறித்தவச் சமயப் பரப்புதலின் சரித்திரத்தின் பக்கங்களைக் கறைப்படுத்தியவை போலவே கொடுமையும் திறமையானதாகவும் அமைந்துள்ளன. எடுத்துக்காட்டாக, 'காலாஸ்ய மகாத்மயா' எனும் பழங்காலத் தமிழ் நூலின் 69ஆவது அத்தியாயத்தைப் புரட்டிப் பார்த்தால் அங்கே 8000 திராவிடச் சந்நியாசிகளை ஞானப் பூரணன் எனும் பெயர் கொண்ட பால சந்நியாசி சைவ சமயத்திற்கு மாற்றிய விவரத்தைப் படிக்க முடியும். அப்பக்கங்கள் நமக்கு எகிப்தியப் பார்வோனின் மந்திரவாதிகளுக்கும் மோசேக்குமிடையே நடைபெற்ற மந்திரப்போட்டியை நினைவூட்டும் வகையில் அமைந்துள்ளன. பாண்டிய மன்னனின் பேரரசியும் முதல் அமைச்சர் குலபந்தனும் அவ்விளந்துறவியை அணுகித் தங்கள் கைகளில் மயில் தோகையினாலான துடைப்பங்களை ஏந்திக்கொண்டு வேதங்களைப் பழித்துக்கூறிக்கொண்டு

நிர்வாணமாய்த் திரிந்து கொண்டிருந்த சமணத் துறவிகளை அடக்கி வைக்குமாறு வேண்டினார்கள். அத்துறவி அவர்களை சைவக் கோயிலுக்கு அழைத்துச் சென்று தமது விருப்பத்தைக் கூறுமாறு சிவபெருமானை வேண்டுகிறார். மதத்துரோகிகளை விவாதத்துக்கு அழைக்கவும் அவர்களுக்குப் பெருந்தீங்கை வருவிக்கவும் சிவன் தமது பக்தருக்கு ஆணையிடுகிறார். இவ்வழிமுறை பின்பற்றப்பட்டது.

திகம்பரர்களாகிய நிர்வாணச் சமணர்கள் இந்த அறைகூவலை ஏற்றுக்கொண்டு அரசர் முன்தோன்றுகிறார்கள். அவரவருடைய புனித நூல்களை நெருப்பிலும் நீரிலும் இட்டுச் சோதிக்க மன்னர் உத்தரவிடுகிறார். சமணத்துறவிகள் மிகக் கேவலமான முறையில் தோற்கடிக்கப்பட்டுக் கடுமையான விளைவுகளைச் சந்திக்கிறார்கள். அவர்கள் படுகொலை செய்யப்படுகிறார்கள். சைவ சமயத்தின் உயர்வு நிரூபிக்கப்படுகிறது. பிடிவாதமாக அடங்க மறுத்தவர்கள் சிரச்சேதம் செய்யப்பட்டனர். சிலருடைய தலைகள் எண்ணெய் செக்கில் அரைக்கப்பட்டுத் தூள் தூளாக்கப்பட்டன; அல்லது கழுவிலேற்றப்பட்டு நரிகள், ஓநாய்கள், நாய்கள் மற்றும் பறவைகள் துண்டு துண்டாகத் தங்களுக்கு இரையாக்கிக்கொள்ளும் வகையில் எறியப்பட்டனர். இக்கொடுமைக்குத் தப்பிட விரும்பிய பயந்த மனம் கொண்டவர்கள் இந்துக்களாயினர்.

மேற்கண்ட வரலாறு மதுரையிலுள்ள மீனாட்சி அம்மன் ஆலயத்தின் புனிதக் குளத்தின் சுவர்களில் ஓவியமாக வரையப்பட்டுள்ளது. பல ஆண்டுகளுக்கு முன் முதன்முறையாக நான் அந்த ஓவியத்தைப் பார்த்தபோது அவ்வூரிலுள்ள ஓவியர் ஒருவரைக்கொண்டு அக்காட்சியை எனக்காக வரைந்து தருமாறு கேட்டுக்கொண்டேன். மனித இனத்தின் நலனைக் காத்திடுவதற்காகப் பயன்படுத்தத்தக்க உயரிய இலட்சியமாக ‘தியோசாபிகல் சொசைட்டி’ கொண்டுள்ள சுதந்திரமான சிந்தையும் பரஸ்பர சகோதரத்துவமும் சமயப் பொறாமையற்ற குணமும் மனிதரிடையே வகுப்புவாதக் கொடுமையும் எத்துணை அளவு எதிர் எதிரானவையென்பதை இதுபோன்ற கொடூர ஓவியங்கள் விளக்குவதால் அதன் நகலை வைத்துள்ளேன். என்னுடைய சிநேகிதியாகிய திருமதி. யார்க் (Mrs.Yorke) அவர்களின் உதவியினால், பறையர்கள் தங்களுடைய முன்னோர் வழிவந்த சமயத்தை எவ்வாறு இழந்தார்கள் என்பதை அறிந்திட உதவும் ஓவியத்தின் இரு பகுதிகளை வாசர்களுக்காக நான் பாதுகாத்து வைத்துள்ளேன்.

ஹலாஸ்ய மகாத்மயாவில் இடம்பெற்றுள்ள சைவ வரலாறுதான் இலக்கியத்தில் மிகச்சிறந்த கேலிக்குரிய போலிகளில் ஒன்று. வெற்றி

பெற்ற இளந்துறவி ஒருவன் தோல்வியடைந்த ஜைனர்களிடம் சைவ மதம் தழுவுதா அல்லது மரணத்தையும் தழுவுவதா என்று தேர்ந்தெடுக்கச் சொல்லுகிறான். அவனளித்த வாய்ப்பைப் புறக்கணித்து நிர்வாண ஆச்சார்யர்கள் கழுமரங்களருகே சென்று தங்களைத் தாங்களே கழுவிலேற்றி மடிந்தார்கள். அந்தப் படத்தைப் பார்த்த பிறகு இது உண்மையா என வியப்புறுவீர்கள். எண்ணெய் ஆட்டும் செக்கில் தலைகள் நசுக்கப்படுகின்ற பிற ஆச்சார்யர்கள் தங்களுடைய தலைகளைத் தாங்களே துண்டித்துக்கொண்டு பின் செக்குமாட்டுடன் ஒருவரை வாடகைக்கு அமர்த்திச் செக்கை ஆட்டுகிறார்கள் என்று சொல்கிறார்கள் போலும்!

இவ்வாறாக அரச வம்சங்கள் வீழ்ச்சியடைந்து சமயங்கள் அழிந்துபட்டதால் பறையரின அரசர்கள் தங்களுடைய அரியணைகளையும் பிரபுக்கள் தங்களது செல்வத்தையும் பறையரினத்தவரில் கீழ்மட்டத்திலிருந்தவர்கள் தங்களுடையவை அனைத்தையும் இழந்தார்கள்.

ஆனால், அவர்கள் அடிமைத்தன நிலையளவிற்கு எவ்வாறு வீழ்ந்தார்கள்? இப்போதிருப்பதுபோலவே அப்போதும் அனைவரும் அடிமைகளாக இல்லை. செல்வச் செழிப்புள்ளவர்களின் நிழலில் ஏழைகள் ஒதுங்கினார்கள். புத்திசாலிகளும் ஊக்கமுள்ளவர்களும் தங்களுடைய சொந்த பலத்தில் நின்றார்கள். இதே நிலைமைதான் வட இந்தியாவில் ஆரியரிடையே நிலவியது. சிலர் எஜமானர்களுக்கு அடிமைகளாயிருந்தார்கள். தமது சட்ட நூல்களின் 10ஆவது அத்தியாயத்தில் மனு கூறுகிறார்: சாதிய வரம்பிற்கு வெளியே உள்ளவர்கள் நகருக்கு வெளியேதான் வசிக்க வேண்டும். நாய்களும் கழுதைகளும் மட்டுமே அவர்களுடைய சொத்து. இறந்தவர்கள் விட்டுச் செல்லும் ஆடைகளையே அவர்கள் அணிய வேண்டும். துருப்பிடித்த இரும்புதான் அவர்களது அணிகலன். அவர்கள் ஒவ்வோர் இடமாகச் சுற்றித்திரிய வேண்டும். மதிப்பு மிக்க எவரும் அவர்களுடன் உறவு கொள்ளலாகாது. கழுமரங்களில் தூக்கிலிடும் வேலையை அவர்கள் செய்ய வேண்டும்" ('இந்தியக் கலைக் களஞ்சியம்', பக்கம் 7).

பறையரிடையே 13 உட்பிரிவுகள் இருப்பதாகச் சொல்லப்படுகிறது. 10 இனங்கள் சமுதாய நிலையில் அதன் கீழும் தாழ்ந்தவை (தொகுதி III. பக்.142–3). நிர்வாகம் பற்றிய சென்னை கையேடு தொகுதி II பக்.232 இலிருந்து 15 வகையான அடிமைகள் அங்கீகரிக்கப்பட்டிருந்தன என்று அறிகிறோம். விலைக்கு வாங்கப்பட்டவர்கள், பெண் அடிமைகளுக்குப் பிறந்தவர்கள் தற்செயலாகக் கண்டெடுக்கப்பட்டவர்கள், பிறப்புவழி அடிமையானவர்கள், பஞ்சகாலத்தில் உணவூட்டிப்

பாதுகாக்கப்பட்டவர்கள், கடன் தொகைக்கு அடமானமாகக் கொடுக்கப்பட்டவர்கள், போரில் சிறைபிடிக்கப்பட்டவர்கள், சூதாட்டத்தில் ஏற்பட்ட கடனைக் கொடுக்க இயலாதவர்கள், தாமாகவே முன்வந்து அடிமையானவர்கள், சமய வாழ்க்கையிலிருந்து வழிவிலகிப் போனவர்கள், குறிப்பிட்ட காலத்திற்கு அடிமைகளாக வைக்கப்பட்டவர்கள், உணவுக்காக அடிமையானவர்கள், அடிமைப் பெண்கள் மீது கொண்ட காதலால் அடிமையானவர்கள் மற்றும் தாமாகவே முன்வந்து தங்களது உரிமையை விற்றவர்கள் எல்லோரும் அடிமைகளே. அவர்கள் எவ்வாறு அடிமைகளானார்கள் என்பது ஒன்றுமில்லை; அவர்கள் இரக்கமே காட்டாத எஜமானர்களின் அதிகாரத்துக்கு உட்பட்டிருந்தார்கள்.

ஆதரவற்ற பறையன் தன்னையும் தன்னுடைய மனைவியையும் தன்னுடைய பிள்ளைகளையும் அற்பமான தொகைக்காகத் தந்திரமாக அடிமைப்படுத்திக்கொள்வதை மேலேயுள்ள பகுதிகளில் கண்டோம். மனித உரிமைகளுக்கெதிரான இந்தச் சதி நூற்றாண்டு காலமாக, ஆயிரமாயிரம் ஆண்டுகளாகக் கல்வியறிவற்ற எளிய மனங்கொண்ட பாதுகாக்கப்படாத திராவிட மக்களுக்கு எதிராக நடந்து வந்ததை அறியலாம். இந்தச் சமூகத் தீமைகள் நிலையானவையாகி நிர்வாக அமைப்பில் ஆழ வேரூன்றும் வரை நடந்துகொண்டே வந்துள்ளன. என்னைச் சந்திக்க வந்த பறையர் குழுவினர் தங்களது முன்னோர்கள் ஜைனர்களாகவோ அல்லது பௌத்தர்களாகவோ இருந்தார்கள் என்று கூறியது உண்மையென்று ஏற்றுக் கொள்வது எளிதானதே. ஹலாஸ்ய மகாத்மயானது வேதங்களைப் பழித்த ஜைனர்கள், பௌத்தர்கள். சீரமணர்கள், சங்கடர்கள், அர்கடர்கள் போன்ற பிரிவினர்களிடையே எந்த வேறுபாட்டையும் காண்பதில்லை. அவர்களெல்லாரும் கழுமரம் மற்றும் சிரச்சேதபீடம் பற்றிய அச்சம் காரணமாக இந்து மதத்திற்கு மாறியவர்களே.

மேற்குறிப்பிடப்பட்டுள்ள நிலைமை அப்படியே இருக்கட்டும். மக்களின் நலனுக்காகப் பாடுபடுகிறவர்கள் என்ற முறையில் நமது கடமை மிகத்தெளிவாகவே இருக்கிறது. நண்பர்களே இல்லாமல் துன்புறுகிற நமது அயலாருக்கு உதவுவது நமது கடமையென்று நாம் நம்புவோமானால் ஆதரவற்ற இப்பறையர்கள் நமது வழிப்பாதையிலேயே நிற்பதைக் காணலாம். அவர்களுக்குத் தேவையானது கல்வியே. பல்கலைக்கழக மட்டத்திலான கல்வி அல்ல, தங்களைத் தாங்களே உயர்த்திக்கொள்ளத் தேவையான கல்வியே தேவை. “முதல் அடிதான் முக்கியம்” என்கிறது பிரெஞ்சுப் பழமொழி. அந்த முதல் அடியை

எடுத்து வைத்திட அவர்களுக்கு நாம் உதவுவோமாக. பரிசோ அல்லது புகழோ அல்லது எந்தவகையான இலாபமோ நமக்கு வருமென்று எதிர்பார்க்க வேண்டாம். நமது கடமை விதையை விதைத்தால் நமக்குப் பின்னால் வருபவர்கள் அறுவடை செய்வார்கள்.

பாடல்

"பிறர் பாடலைப் பாடலாம்!
வேறு சிலர் தவறியதைச் செம்மைப்படுத்தலாம்!
நான் தொடங்கியதை அவர்கள் முடக்கலாம்!
நான் வெல்லலாம் அல்லது தோற்கலாம்!
நானா அல்லது அவர்களா என்பதல்ல வினா
இன்றில்லை எனினும் இனியொரு நாள்
தக்கதோர் வார்த்தை சொல்லப்படும்!
இம்மை வாழ்வு இனிதாக்கப்படும்!"

அடையாறு, மெட்ராஸ்
17 ஜூன் 1902

ஹென்றி ஸ்டீல் ஆல்காட்

பின்னிணைப்பு

நமது பள்ளிப் பயிற்சியின் பலன்கள்

Effects of our School Training

நம்முடைய பள்ளிகளில் பயின்று, வெற்றி பெற்றுள்ள பறையரின மாணவர்களுள் இருவருக்கு வழங்கப்பட்ட சான்றிதழ்கள் சேர்க்கப்பட்டுள்ளன.

I

இதைனைக் கொண்டு வரும் கோவிந்தராஜா இரண்டு ஆண்டுகளாக என்னிடம் கையாளாகப் பணியாற்றியுள்ளார். இக்காலகட்டத்தில் பலமுறை நான் இருவார கால அளவுக்கும் கூட என்னுடைய அறைகளையும், குதிரை லாயங்களையும் பொறுப்பாகக் கவனிக்குமாறு விட்டுச் சென்றுள்ளேன். எல்லா வேலைகளிலும் அவர் அனைத்தையுமே நன்கு கவனித்து வந்துள்ளார் அவர் முழுக்க முழுக்க நேர்மையானவர். பராமரிப்புப் பணியாளின் வேலையை நன்கு அறிந்துள்ளார். அவரை நான் வெகுவாகப் பரிந்துரை செய்ய முடியும்.

லங்கம் விடுதி
2 மே 1902

இ.பி.பவல்
(E.B.Powell)

II

எம்.தரெப்சேலு பிள்ளை ஓராண்டுக்கு மேலாகக் கையாளாக என்னிடம் பணியாற்றினார். ஜனவரி 1902இல் நான் விடுமுறையில் செல்லும் முன்பு ஏறக்குறைய இரண்டு வருடங்கள் என்னிடம் பணியாற்றினார். கல்வியிலும் வளர்ச்சியிலும் சாதாரணக் கையாள்களைக் காட்டிலும் அவர் மிகவும் உயர்ந்து விளங்குகிறார். தொடக்க முதலே அவர் என்னுடைய பயிற்சியின் கீழ் இருந்துள்ளார். அவர் ஆர்வமுள்ளவராகவும் சுறுசுறுப்பானவராகவும் இருக்கிறார். காலப்போக்கில் அவர் ஒரு தலைசிறந்த பணியாளராவார். என்னைப் போலவே சுயமரியாதையும் சுறுசுறுப்பும் கொண்டவராகவும் நன்முறையில் வளர்க்கப்பட்டவராயும் போதிய அளவுக்கு ஞானமுள்ளவராயும் எப்போதும் தான் பெறும் உத்தரவுக்கிணங்கச் செயல்படுபவருமான ஒருவரை விரும்பும் எவருக்கும் நான் அவரை நம்பிக்கையுடன் பரிந்துரைக்க முடியும். அவர் வழக்கமாகக் காணப்படும் பொய்களும் புரட்டுகளுமில்லாதவர். தவறு அல்லது மறதி பற்றி எந்த வேளையிலும் தனது குற்றத்தை ஒப்புக்கொள்ளக் கூடியவர் அவர்.

லியோதம்
3 ஏப்ரல் 1902

ஏ.ஆர்.கிரான்ட்
மேஜர் I.M.S

ஜூன் 1894 முதல் ஐந்து ஆண்டுகளாக ஆல்காட் இலவசப் பள்ளிகளில் செலவு செய்யப்பட்டதைக் கணக்கிடாமல் 1899 தொடங்கி ஜூன் 1902 முடிய அனைத்து நண்பர்களிடமும் இருந்து 28,356 ரூபாய்கள் 5 அணாக்கள் 8 காசுகள் பெற்றிருக்கிறோம். ரூ.1,000 மற்றும் அதிகமான நன்கொடைகளைப் பின்வரும் நிதிகளுக்காகப் பெற்றுள்ளோம். ஆல்காட் ஓய்வூதிய நிதிக்காக 3077 ரூபாய்கள் பதினொரு அணாக்கள் இரண்டு காசுகள்; HPB நினைவு நிதிக்காக 3235 ரூபாய்களும்; ஒரு காசும்; ஒரு ஆங்கிலேயப் பிரம்ம ஞானியிடமிருந்து ரூ.2000ம் பின்னர் ரூ.1500ம்; காப்டன் H இடமிருந்து பள்ளிக்கட்டடம் கட்டுவதற்காக 1000 டாலர்கள் = சுமார் 3000 ரூபாய்கள். இந்நிதியிலிருந்து மூன்று இடங்களில் நிலம் வாங்குவதற்காக 4474 ரூபாய்களும் 12 அணாக்களும் எட்டுக் காசுகளும் செலவிடப்பட்டுள்ளன. சில கட்டடங்களும் எழுப்பப்பட்டுச் சில கட்டடங்கள் பழுது பார்க்கப்பட்டுள்ளன. 16 ஆசிரியர்களுக்குச் சம்பளம் கொடுப்பதற்காக 5496 ரூபாய்களும் 14 அணாக்களும் 5 காசுகளும் மற்றும் சில்லறைச் செலவுகளுக்காக 5261 ரூபாய்களும் 2 அணாக்களும் 1 காசும் செலவிடப்பட்டுள்ளன. "பஞ்சமர் கல்வி நிதி" யில் உள்ள ரூ.5000 தற்போது சென்னையில் முதல்தரமான ஓர் இடம் அடமானமாகப் பெறப் பயன்படுத்தப்பட்டுள்ளது. வங்கிக் கையிருப்பு 6432 ரூபாய்களும் 8 அணாக்களும் 6 காசுகளும் ஆகும். இத்தொகையில் 1000 டாலர் அதாவது ரூ.3000 வேறொரு பள்ளியை நிறுவுவதற்காகத் தரப்பட்டது. எனவே அன்றாட நடைமுறைச் செலவுக்காக உள்ள தொகை உண்மையில் 3432 ரூபாய்களும் 8 அணாக்களும் 6 காசுகளும் மட்டுமே. இது தவிர "நிறுவனங்களின் நிதி" என்றழைக்கப்படும் வைப்பு நிதியிலிருந்து மாத வருமானமாக வட்டி மூலம் 38 ரூபாய்களும் சென்னை நிலத்தின் அடமானத்திலிருந்து 25 ரூபாய்களும் கிடைக்கின்றன. கடந்த ஆண்டில் அரசாங்கம் எங்களுக்கு மானியமாக 250 ரூபாய்களும் 11 அணாக்களும் தந்தது.

மேற்கூறப்பட்டபடி நிலம் வாங்குவதற்கும் ஐந்தாவது பள்ளியொன்று திறப்பதற்கும் 1000 டாலர்களுக்குச் சமமான பணம் எங்களுடைய வங்கிக் கணக்கில் உள்ளது. ஆறாவது பள்ளியை நிறுவுவதற்கான பணத்திற்குரிய வாக்குறுதியும் அமெரிக்கப் பெண்மணி ஒருவரிடமிருந்து எனக்குக் கிடைத்துள்ளது. வருங்காலத்தில் தமது இனத்துக் குழந்தைகளுக்குக் கறபிக்கத் தகுதியுள்ளவர்களாகப் பறையரின ஆசிரியர்கள் ஆகும்வரை இன்னுமொரு பள்ளியைத் திறந்தாலே போதுமானது என எண்ணுகிறேன். ஏழு பள்ளிகள் இருந்தால் தற்போதுள்ள நிலவரப்படி எங்களது

பொறுப்பில் உள்ள 950 முதல் 1,000 வரையுள்ள மாணவர்களுக்கும் கல்வி கற்பிக்கப் போதுமான இடம் கிடைக்கும். ஆசிரியர்களை நியமிக்கவும் கட்டடங்களை வாங்கவும் அன்றாடச் செலவுகளைச் செய்யவும் இன்னும் அதிகமான பணத்தைப் பெற்றுக்கொள்ளும் காலம் வரையிலும் இத்தொகை எங்களுக்குப் போதுமானது.

எமது பள்ளிகளின் பொதுக் கண்காணிப்பாளர்களாக ஒருவர் பின் ஒருவராய்ப் பணியாற்றியுள்ள செல்விபால்மர் மற்றும் திருமதி.கோர்ட்ரைட் ஆகியோரைப் பற்றியதோர் உண்மையைச் சொல்வது நியாயமானது. அவர்களுடைய நாட்டில் நல்ல சம்பளத்துக்குரிய வேலைகளைத் துறந்து மாதம்தோறும் உணவுக்கு மட்டும் ஆகும் தொகையாகிய 13 டாலரைப் பெற்றுக்கொண்டு எங்களது பள்ளிகளில் பணியாற்றினார்கள். முனைவர் இங்கிலீசும் (Dr.English) நானும் இப்பஞ்சமர் கல்வி நிதியின் இணை மேலாளர்களாகப் பணியாற்றுகிறோம். எங்களுக்குத் தேவையானவை வேறு வழிகளில் கிடைப்பதால் நாங்கள் சம்பளம் எதையும் பெறவில்லை. எனவே, உதவி கேட்டு நாங்கள் பொதுமக்களுக்கு விடுக்கும் வேண்டுகோளைப் படிப்போர் எந்த அளவிலும் சுயநலத்தினால் நாங்கள் இயக்கப்படவில்லை என்பதைக் காணுவர்.

முடிவாகச் சொல்லப்போனால்:

பள்ளிக்கட்டடத்திற்கான நிலத்தை வாங்கிக் கட்டடத்தைக் கட்டுவதற்கு இடத்தைப் பொறுத்து 700 டாலர் முதல் 1000 டாலர் வரை செலவாகும்.

ஒவ்வொரு பள்ளியிலும் உள்ள ஆசிரியர்களின் ஒரு மாதச் சம்பளத்திற்குச் சுமார் 20 டாலர்கள்.

100 பசித்த மாணவர்களுக்கு ஒருவேளை உணவு வழங்க ஆகும் தினப்படி சுமார் 1 டாலர்.

இதற்கதிகமாக எங்களுக்கு அனுப்பப்படும் எந்தத் தொகையும் ஆசிரியப் பயிற்சி, பழுது பார்ப்பு, பஞ்சம், கொள்ளை நோய் போன்றவை காரணமாக ஏற்படும் அவசரச் செலவுகள் போன்றவற்றைச் சமாளிக்க உதவும் மூலதன நிதியாக வைக்கப்படும். நன்கொடைகள் லண்டன் பணவிடையாகவோ அஞ்சல் பணவிடை அல்லது வரைவோலையாகவோ எனது பெயருக்கோ அல்லது டி.வி.சார்லு காசாளர், அடையாறு, சென்னை இந்தியா எனும் முகவரிக்கோ அனுப்பலாம்.

மாதந்தோறும் ஒரு பள்ளியில் நடைபெறும் செலவு சராசரியாக 50 ரூபாய் என்ற அளவில் நான்கு பள்ளிகளுக்கும் சுமார் 2400 ரூபாய்

ஒரு வருடச் செலவு ஆகும். இங்கு பயிலும் 534 மாணவர்களுக்கும் ஓராண்டில் தலா 3 ரூபாய் செலவாகும்.

பசி

பள்ளியில் என்ன நடக்கிறதென்பதையே கவனிக்க முடியாத அளவுக்குப் பசியினால் பலவீனப்பட்டவர்களாகப் பலமுறை குழந்தைகள் பள்ளிக்கு வருகிறார்கள் என்று சொல்லுவதற்கே வருத்தமாக இருக்கிறது. எந்தக் குறைகளையும் சொல்லாமல் சிலவேளைகளில் அழுகிறார்கள். மயக்கமுற்றுத் தரையில் விழுகிறார்கள். மேலை நாடுகளில் நடப்பதுபோலக் கட்டாயத்தின் பேரில் குழந்தைகள் பள்ளிக்கு அனுப்பப்படாமல் பெற்றோர்கள் கல்வியை உயர்வாக மதிப்பதாலேயே அனுப்பப்படுகிறார்கள் என்பதைக் குறிப்பிட்டாக வேண்டும். பரிதாபகரமான ஏழைச் சிறுவர்கள்! வெறுமையான வயிற்றுடன் அவர்கள் பள்ளிக்கு வருகிறார்களென்றால் அவர்களுடைய வயிற்றில் இடுவதற்குரிய உணவு அவர்களுடைய வீடுகளில் இல்லையென்பதே காரணம். பறையர் இயக்கத்தின் நிர்வாகிகளாகிய நாங்களும் இப்பரிதாபமான நிலையைச் சமாளிக்க முடியாத அளவுக்கு வலிமையற்றவர்களாய் இருக்கிறோம். எங்களால் செய்ய முடிந்ததெல்லாம் இந்த உண்மைகளைப் பற்றிய அறிக்கைகளை அனுப்பி வைத்துத் தர்ம சிந்தனையுள்ள சிலர் இரக்கமனதுடன் அனுப்பும் தொகையை அரசுப் பத்திரத்தில் முதலீடு செய்து அதன் மூலம் வரும் வருமானத்தைக்கொண்டு பசியால் வாடும் பறையர் சிறுவர்களுக்கு அவர்கள் ஆரம்பக் கல்வியைக் கற்கும்போது நாளொன்றுக்கு ஒரு வேளையாவது அரிசி உணவு வழங்குவதேயாகும். 100 பேருக்கு உணவு வழங்கிட ஒரு டாலர் செலவாகும். இதுதான் இங்குள்ள நிலை. வாசகர்கள் தங்கள் விருப்பப்படி செயல்படலாம்.

பின்னிணைப்பு 1

How We Teach The Pariah

BY

Mrs. N. A. COURTRIGHT,

Superintendent
Of the Olcott Panchama Free Schools.

Third and Revised Edition.

MADRAS
PRINTED BY THOMPSON AND CO, AT THE "MINERVA" PRESS,
33, POPHAM'S BROADWAY

July 1906.

Price 2 annas each   Rs. 10 per hundred

பறையரை யாம் எங்ஙனம் பயிற்றுவிக்கிறோம்

HOW WE TEACH THE PARIAH

கோர்ட்ரைட்
கண்காணிப்பாளர்
ஆல்காட் பஞ்சமர் இலவசப் பள்ளிகள்

தமிழில்
ஆ.சுந்தரம்

சென்னை மினர்வா அச்சகம்
ஜூலை 1906

பறையரை யாம் எங்ஙனம் பயிற்றுவிக்கிறோம்

1904இல் நடைபெற்ற அரசுத் தேர்வுகளில் ஆல்காட் பஞ்சமர் இலவசப் பள்ளிகளில் (Olcott Panchama Free Schools) *பயின்ற மாணவர்களில் 95 விழுக்காட்டினர் தேர்ச்சி பெற்றனர். ஒரு பள்ளியில் அனைத்து மாணவர்களும் தேர்ச்சி பெற்றிருந்தனர். கல்வி மான்யம்* (Grant in aid) *ஒழிக்கப்பட்ட பிறகு நடந்த கடைசிப் பொதுத் தேர்வு அதுதான். தேர்ச்சி பெற்ற மாணவர்கள் அனைவரும் கட்டாயப் பாடங்கள் அனைத்திலும் தேர்ச்சி பெற்றிருந்ததோடு துணை உதவி ஆய்வாளர்* (Sub - Assistant Inspectors) *மாத்திரமே அவர்களைச் சோதிக்கும் அதிகாரம் பெற்றிருந்த விருப்பப் பாடங்கள் அனைத்திலும் கூட அவர்கள் தேர்ச்சி பெற்றிருந்ததைக் குறிப்பிட்டாக வேண்டும்.*

சென்னை மாகாணத்திலுள்ள அனைத்து (நடுநிலை) உயர் தொடக்கப் பள்ளிகளுக்கும் உரிய ஒழுங்கான (regular) *அரசுத் தேர்வுகள் இவைதாம். மாகாணத்திலுள்ள அனைத்துப் பள்ளிகளிலும் உள்ள உயர்சாதி மாணவர்களையும் பிற்படுத்தப்பட்ட மாணவர்களையும் சேர்த்துப் பார்க்கையில் 75 விழுக்காட்டினர் தாம் தேர்ச்சி பெற்றிருந்தனர்.*

மாகாணத்திலுள்ள அனைத்துப் பள்ளிகளின் தேர்ச்சி நிலையில் சராசரி விகிதத்தைத் தாண்டியது மட்டுமல்லாமல், நம்முடைய பள்ளிகள், காலங்காலமாகக் கற்பிக்கப்பட்டு வரும் பாடங்களில் தவிர இந்தியாவிலேயே முதன்முறையாக அறிமுகப்படுத்தப்பட்டுள்ள சிறப்புப் பாடங்களிலும் தேர்வு பெற்றுத் தமது வெற்றியின் எல்லையை விரிவுப்படுத்தியுள்ளன. முழு இந்தியாவிலுமே மிகவும் பின்தங்கிய இனங்களில் ஒன்றிலிருந்து தேர்ந்தெடுக்கப்பட்ட எமது 'பஞ்சம இலவசப் பள்ளி'களின் மாணவர்கள் இத்துணைத் திறமை வாய்ந்தவர்களாக

விளங்கும் வகையில் செய்யப்பட்ட பணி பின்பற்றப்பட்ட வழிமுறைகள் குறித்து எமக்குப் பலவாறான விசாரணைகள் வரத்துவங்கியுள்ளன! எமது பள்ளிகளில் ஒரேயொரு காலைப் பொழுதைக் கழித்தாலே ஒருவர் அங்கு செய்யப்படும் பணி மற்றும் தன் கல்வி புகட்டும் தன்மை பற்றிய மனநிறைவளிக்கும் விளக்கத்தைப் பெற்றிட முடியும். தொடக்கக் கல்வி பற்றிய ஆர்வம் கொண்டோர் அனைவரும் எமது பள்ளியைக் காண நேரில் வருமாறு அழைப்பு விடுக்கிறோம். நேரில் காண வாய்ப்பு இல்லாதவருக்கு எமது பள்ளிகளின் கல்விமுறையின் உயர்தனிச் சிறப்புகளை இச்சிறு வெளியீடு விளக்கிக் கூறும்.

'ஆல்காட் பஞ்சமர் இலவசப் பள்ளி'கள், தெளிவான விளைவு ஒன்றினை அடைந்திட வேண்டுமெனும் குறிக்கோளுடன் குறிப்பிட்டதோர் இலட்சியத்துடன் தொடங்கப்பட்டவை. அப்பள்ளிகள் எட்டிப் பிடித்திருக்கிற வளர்ச்சி மற்றும் முன்னேற்றத்தின் ஒரு படிநிலையை இப்போதுள்ள நிலையில் குறித்து நிற்கின்றன. ஒரு பள்ளியைத் திறந்திடத் தீர்மானிக்கும் ஒருவர் முதலில் முடிவு செய்ய வேண்டியது, அப்பள்ளியில் பயிற்றுவிக்கப்பட்ட வேண்டிய மாணவர்களின் தன்மை யாதென்பதே! ஒரு குழந்தை பாரம்பரியமாகப் பெற்றுள்ள உடலமைப்புதான் அக்குழந்தையின் வாய்ப்புகளை வரையறுத்துத் தீர்மானிக்கிறது என்பதே இப்பெருள் பற்றி ஆய்வு செய்துள்ள விஞ்ஞானிகளின் அனுமானமாகும்! மூளையின் ஒவ்வொரு நரம்பும் அவற்றின் சுருளமைப்பும் ஒருவரின் மனவளத்தின் வரம்பைத் தீர்மானிக்க உதவுகிறது. உயிரியல் அடிப்படையில் பார்க்கையில் ஒரு குழந்தையின் மனவளர்ச்சிக்கு உரிய வாய்ப்புகளும் வரையறைகளும் முழுமையாக இல்லாவிட்டாலும் பெருமளவிற்கு அக்குழந்தையின் மூதாதையரைப் பொறுத்தவை என்று நாம் முடிவு செய்வது நியாயமாகவே தோன்றலாம். ஆனால், கால அளவைக் கணிக்க முடியாத பரிணாம வளர்ச்சியின் விளைவாக வரும் ஓர் உயிரினம் மூதாதையரிடமிருந்து மூளையை அல்லாது உடலை மட்டுமே பெற்றுக்கொள்ளும். இதனை நாம் இவ்வாறு சொல்லலாம்; கருநிலையிலுள்ள மூளையுடன் கூடிய உடல், நிலைத்த மனவலிமை கொண்டதாக மாறுவதற்குப் பல தலைமுறைகளாக மேல்நோக்கிச் செல்லும் வளர்ச்சியும் முன்னேற்றமும் பெற வேண்டும். உண்மை இவ்வாறிருக்க, வாழ்க்கையில் தங்களுக்கென்று நியமிக்கப்பட்டுள்ள பங்கினைப் போதுமான வகையில் நிறைவேற்றும் வகையில் இந்நாட்டின் எதிர்கால ஆட்சியாளர்களையும் குடிமக்களையும் தயார் செய்யும் நிலையிலுள்ள கல்விமுறை மனவலிமையின் முக்கியத்துவத்தைக் கருத்தில் கொள்ளாமல் இருக்கவியலாது.

அமெரிக்காவைப் பொறுத்தமட்டிலும் கல்விக்கான தேசியச் சட்டம் ஒன்றை வகுப்பது மிகவும் தேவையானதும் அதே வேளையில் கடினமானதுமாய் இருக்கிறது. காரணம் கட்டாயக் கல்விமுறைச் சட்டங்களின் காரணமாக எல்லா மாணவர்களும் பள்ளிக்கு வரக் கட்டாயப்படுத்தப்படுவதால் ஒரே பள்ளியில் ஏழ்மை நிலையில் உள்ளவர்களின் பிள்ளைகளும் மிகவும் கீழ்நிலையிலுள்ள குடியேற்ற வகுப்பினரின் பிள்ளைகளும் மாத்திரமன்றி அதேபள்ளியில் அமெரிக்க நாட்டின் கடனையே தீர்க்கக் கூடிய பெருஞ்செல்வத்தைக் கொண்டிருப்பவரின் வாரிசும் பயின்று கொண்டிருக்கும். மக்களாட்சி முறையை மதிக்கும் அமெரிக்காவில் குழந்தைகள் சமூக அந்தஸ்து பற்றியெல்லாம் கருத்தில் கொள்ளாமல் இலவசப் பள்ளிக்கூடங்களில் ஒன்றாகவே விடப்படுகிறார்கள். அவரவரக்குரிய மனவலிமை மற்றும் மூதாதையரிடமிருந்து பெற்றுள்ள திறன் ஆகியவற்றுக்கேற்ப அமெரிக்காவில் உருவேற்றப்படுகிறார்கள். இங்கிலாந்திலோ மேல்தட்டு வகுப்பு மாணவர்களுக்கும் கீழ்நிலை வகுப்பு மாணவர்களுக்கும் கல்வி வழங்குவது பற்றி வெவ்வேறான கொள்கை வகுக்கப்பட்டிருப்பதால் மாணவர்களுக்குக் கல்வி வழங்கும் பிரச்சினை அத்துணைக் கடினமானதாக இல்லை.

இந்தியாவைப் பொறுத்தமட்டிலும் ஒவ்வொரு இனத்தவரும் செய்யத்தக்க தொழில் தெளிவாக வரையறுக்கப்பட்டிருந்தாலும் சாதிக்கட்டுப்பாடுகள் வழக்கிலிருப்பதாலும் எந்தவொரு மேலைநாட்டினதைவிடக் கல்வி பற்றிய சட்டம் எளிமைப்படுத்தக் கூடியதாய் இருக்க வேண்டும். பல்வேறுபட்ட இனத்தவரின் தனித்தன்மைகளுக்கும் பிரச்சினைகளுக்கும் ஏற்ற வகையில் சட்டவிதிகள் இருப்பது போல் பள்ளிக்கூட எல்லையைத் தாண்டியுள்ள வாழ்க்கைச் சூழலையும் அனுபவங்களையும் எதிர்கொள்வதற்கு ஏற்ற வகையில் அமைக்கப்பட்ட பாடத்திட்டத்துடன் இந்துக்கள், முகமதியர்கள், பெண்கள், பஞ்சமர்கள் போன்றோருக்குத் தனித்தனியான கல்விச் சட்ட விதிகள் இருக்க வேண்டும். கல்வித் திட்டத்தை வகுப்பதில் கருத்தில் கொள்ள வேண்டிய வேறொரு முக்கியமான அம்சம் யாதெனில் பல்வேறுபட்ட இனங்கள் அல்லது சாதிகளைச் சேர்ந்த குழந்தைகள் சாதாரணமாகப் பள்ளிக் கல்விக்காகச் செலவிடக் கூடிய காலங்களையும் தீர்மானிப்பது ஆகும்.

எனவே நமது பஞ்சம மாணவர்களுக்கு எதிர்காலத்தில் உள்ள வேலை வாய்ப்புகள் இன்னின்னவை என்பதையும் அவ்வேலைகளைப் பெறும் தகுதியைப் பெற்றிட எவ்வளவு காலம் அவர்கள் பள்ளிகளுக்குச் செல்ல

வேண்டும் என்பதையும் கணக்கிட்டு அதனடிப்படையில் பஞ்சமர் பள்ளிகளில் பயிற்றுவிக்கப்படும் பாடங்கள் தீர்மானிக்கப்படுகின்றன. 1894 முதல் 'ஆல்காட் பஞ்சமர் இலவசப் பள்ளி'களில் பயின்று தேர்ச்சி பெற்ற மாணவர்கள் ஐரோப்பியர்களிடம் வீட்டு வேலைக்காரர் போன்ற வேலைகளைப் பெற்றுள்ளனர் என்பதை விசாரணை ஒன்று நமக்குச் சுட்டிக்காட்டுகிறது. நம்முடைய மாணவர்களில் பெரும்பாலானவர்களுக்கு வழங்கப்படும் கல்வி சற்று மாறுதலாக அமையுமானால் சிறிதளவிலான மாணவர்கள் சற்று திறமைசாலிகளாகத் தங்களைக் காட்டிக் கொள்ளக் கூடிய வேலைகளில் அமர்ந்து தங்களையும் தங்களைச் சார்ந்திருப்பவர்களையும் காத்துக்கொள்ள முடியும்.

அரசு உதவிபெறும் பள்ளிகளுக்கான சென்னை அரசின் கல்விச் சட்டம் (The Madras Educational Code) கடந்த காலத்தில் பொதுவான ஒரு சட்டமாகவே இருந்திருக்கிறது. அச்சட்டத்தின்படி அரசு உதவிபெறும் அனைத்துப் பள்ளிகளுமே அவை மேல்சாதி மாணவர்களுக்கானவையாகவோ இருந்தாலும் சரி, கல்வி கற்பதற்கான திறத்தை அம்மாணவர்கள் மரபு வழியாகப் பெற்றிருக்கும் தன்மை பற்றியே கருத்தில் கொள்ளாமல் பொதுவாக மாணவர்கள் கற்றிட வேண்டிய பாடங்கள், பள்ளிக் கல்விக்காக அவர்கள் செலவிடக்கூடிய ஆண்டுகள் எல்லாம் ஒரே மாதிரிதான் உள்ளது. 'ஆல்காட் பஞ்சமர் இலவசப் பள்ளிகள்' அரசுச் சட்டத்தைக் கவனமாகக் கடைபிடித்து மாணவர்கள் அரசு விதித்திருந்த தாய்மொழிப் பாடத்தில் தேர்வு எழுதினாலும் கூட, எமது பள்ளிகள் நிறைவேற்றியுள்ள பணி பாடத்திட்டத்தையும் தாண்டிய நிலையில் தாம் அமைந்துள்ளன. உண்மை யாதெனில் எமது பள்ளியில் பயிலும் குழந்தையின் நடைமுறை வாழ்க்கைக்குத் தேவையான பணிக்கான பயிற்சி கொடுக்கப்பட்டதற்கு அரசின் நிதியுதவி பெறப்படவில்லை; அப்பயிற்சி அரசினால் நடத்தப்படும் தேர்வு எல்லைக்குள் வரவுமில்லை. உண்மையான கல்வி எது என்பது பற்றிச் சிந்தித்தால் பணிக்கான பயிற்சியின் முக்கியத்துவம் என்ன என்பதையும் யாம் இங்கே கூறிடத் தேவையில்லை.

முனைவர் பூன் (Dr.Bourne) இப்போது வெளியிட்டுள்ள 'நிதியுதவிக்கான சட்டவிதி'களில் (Grant - in - Aid code) இவையாவும் வெகுவாக நல்ல முறையில் மாற்றியமைக்கப்பட்டுள்ளன. அச்சட்டத்தில் பள்ளிகள் யாவும் 'தொடக்கப் பள்ளிகள்' என்றும், 'இடைநிலைப் பள்ளிகள்' என்றும் தனித்தனியே அங்கீகரிக்கப்பட்டன. சில மாணவர்களுடைய கல்வி தொடக்கநிலை வகுப்புகளுடன் முடிவு பெற வேண்டிய தேவை ஏற்படலாம். வேறு சிலர் தமது கல்வியை மேலும் தொடருவர்.

இவ்வெளியீட்டின் முதல் பதிப்பில் நான் குறிப்பிட்டிருந்த பொருத்தமற்ற தன்மை நமது பழைய கல்வி முறையில் இருந்ததை நமது பொதுக்கல்வி இயக்குநர் (Director of Public Instruction) உணர்ந்திருக்கிறார்கள். நிதியுதவிச் சட்டத்தின் புதிய விதிகளில் காட்டப்பட்டிருக்கிறபடி அடிப்படையான இக்கருத்து ஆழ்ந்து ஆராயப்பட்டுள்ளதன் மூலம் சென்னை மாகாணத்தின் கல்வி வளர்ச்சிக்கு மிகப்பெரிய பணியினை அவர் ஆற்றியுள்ளார்.

எமது பஞ்சமர் பள்ளிகளின் பணி மற்றும் பணி செய்யும் முறை பற்றிய விளக்கங்களைத் தர வேண்டுமானால்; ஒரு சில ஐரோப்பியர்கள் மட்டுமே தமிழ் பேசத் தெரிந்தர்களாய் இருப்பதால் அவர்களுடைய வேலையாட்களுக்கு வேலை சம்பந்தமான ஆங்கிலச் சொற்கள் தெரிந்திருக்க வேண்டுமென்பது முக்கியம். எனவே, ஒரு குழந்தையின் எதிர்காலத் தேவைகளைக் கருத்தில் கொண்டு அவனுக்கு ஆங்கில மொழியைக் கற்பிப்பது மதிக்கத்தக்கதும் நடைமுறைக்கு ஏற்றதுமான உதவியாக இருக்கிறது. முற்காலத்தில் தொடக்கப் பள்ளிகளில் மூன்றாம் வகுப்பை முடிக்கும் முன்னரே பள்ளியை விட்டு விலகிவிடுவதால் பெரும்பான்மையான பஞ்சமர் குழந்தைகள் ஆங்கில மொழியைக் கற்க விடாமல் இச்சட்டவிதி தடுத்து வந்தது. இச்சட்டவிதிக்கு எதிரான வேறொரு குற்றச்சாட்டாகச் சொல்லப்பட்டது எதுவென்றால் மாணவர்கள் வளர்ந்து வருகையில் தங்களுடைய சொந்த மொழியினின்றும் அனைத்து வகையிலும் மாறுபட்ட வேறொரு மொழியின் சத்தங்களை உச்சரிக்கும் வகையில் அவற்றை மனதில் பதித்து மாற்றார் செய்வது போன்றே செய்ய முடியாமல் கஷ்டப்படுகிறார்கள்.

எமது பள்ளியில் நான்கு வகுப்பு மாணவர்களுக்கும் ஒரே காலகட்டத்தில் ஆங்கிலம் கற்பதைத் தொடங்கும் சோதனை, முதலாம் வகுப்பில் தொடங்குவதே சிறந்தது என்பதை நாங்கள் உணரச் செய்தது, ஒரு குழந்தை இளம் வயதினனாய் இருக்கையிலேயே தன்னைச் சுற்றிலும் தாம் கேட்க நேரிடும் எல்லா ஒலிகளையும் வெகு இயல்பாகவும் எளிதாகவும் தெளிவாகவும் கிரகித்து அவற்றை மிகச் சாதாணமாக ஒலித்துக் காட்ட முடியும். இளம் குழந்தைகளில் பெரும்பாலானோர் தமது தாய்மொழியில் கற்றுக்கொண்டிருப்பவை எல்லாமே தங்களைச் சுற்றிலும் பேசப்பட்டவற்றை புரிந்துகொள்ள அவர்களே எடுத்துக்கொண்ட முயற்சி காரணமாகவும் தங்களுடைய கருத்துகளையும் தேவைகளையும் மற்றவர்களுக்குத் தெரிவிக்கும் ஆவலின் காரணமாகவுமே நிகழ்ந்தன. மிகக்குறைந்த வயதில் அதாவது நான்கு வயதில் ஒரு குழந்தை பேசும் சொற்களைப் பேசிடச் செய்வதற்காக எவ்வித நினைவுகூரும் முறையும் பயன்படுத்தப்படவில்லை. தாம் சொல்லும் சொற்கள்

எழுத்துகளின் கூட்டு என்பதும் ஒவ்வொரு எழுத்தும் வேறுபட்ட ஒலியை உடையதென்பதும் அச்சிறு குழந்தை அறியாது. ஆகையால் இளம் மாணவர்களுக்குக் கற்பிக்கும்போது இயற்கையான உரையாடல் முறை பயன்படுத்தப்பட்டால், அதாவது ஒவ்வொரு செயலும் ஒவ்வொரு பொருளும் அதைக் குறித்திடப் பயன்படுத்தப்படும் சொல்லுடன் அதன் பேச்சு வடிவிலும் எழுத்து வடிவிலும் தொடர்புப்படுத்தப்பட்டு, இதுபோன்ற செயல் அல்லது பொருள் பற்றி விளக்கிக் காட்டும் படங்கள் பயன்படுத்தப்பட்டுக் கற்பிக்கப்படும்போது, அம்மாணவர்கள் கடினமான ஆங்கில மொழியில்கூட பெருமுயற்சி எதுவும் எடுக்காமலேயே உரையாடிட எளிதில் கற்றுக்கொள்வார்கள். இக்காரணங்களுக்காகவே எமது பள்ளிகளில் முதல் வகுப்பிலேயே ஆங்கிலப்பாடம் கற்பித்தல் தொடங்கப் பெற்று மேல்வகுப்புகள் அனைத்திலும் தொடருகிறது. உண்மையில் ஆங்கிலச் செய்யுள் பகுதிகளை ஒப்புவித்தல் தாம் மிகச்சுவையானது; பள்ளிகளில் நடைபெறுவனவற்றில் தகுந்த அளவில் விளக்க முடியாத பகுதியும் அதுவேயாம்.

தாங்களாகவே நிற்கும் அளவிற்கோ அல்லது குறிக்கப்பட்டதொரு இடத்தை நோக்கி நடக்கவோ தேவையான சக்தியைக் குழந்தைகள் பெற்றுக்கொள்ளுமுன் சிறுசிறு குட்டிக்கரணங்களைச் செய்திட அவர்களைப் பயிற்றுவிப்பது போல், அவர்களை எழுத்துகளையும் வடிவங்களையும் எழுதிப் பார்க்கப் பயிற்றுவிப்பது குழந்தையின் கல்வியைத் தொடங்கிட உதவும். எடுத்துக்காட்டாக தமிழ் எழுத்துகளை எடுத்துக்கொள்வோம். ஒவ்வொரு எழுத்தும் நேர்க்கோடுகள் மற்றும் பல்வேறுபட்ட கோணங்களில் அமைந்துள்ள வளைவுகள் அல்லது உருளை வடிங்கள் போன்றவற்றின் கூட்டுக் கலவையாக அமைந்திருக்கும் நேர்க்கோடுகள் அல்லது உருண்ட வடிவங்கள் அல்லது வட்ட வடிவங்களை வரைவதற்குப் போதுமான அளவில் தசைகளைக் கட்டுப்படுத்தும் திறமையும் அவ்வெழுத்துகளின் வடிவம் பற்றிய அறிவும் தேவை. ஒவ்வொரு எழுத்தின் அளவு மற்றும் வடிவமைப்பில் உள்ள வேறுபாடுகள் பற்றிக் கண்பார்வையால் தீர்மானிக்கும் பயிற்சியின் முக்கியத்துவத்தைச் சொல்லத் தேவையில்லை. அடிப்படையான தசைகள் மற்றும் துணைத் தசைகளைப் பயன்படுத்தும் பயிற்சியைப் பெறாமல் எடுத்துப் பலகை (சிலேட்) அல்லது புத்தகத்தைப் பயன்படுத்திட எந்தவொரு குழந்தையும் அனுமதிக்கப்படலாகாது.

இக்குறிக்கோளை அடைவதற்குத் தொடக்க வகுப்பிற்கு முன்னுள்ள மழலையர் (Kindergarten) வகுப்பிலுள்ள குழந்தைகளுக்கு நாங்கள்,

கரும்பலகையில் எழுத்துக் கட்டியால் வரைதல்

(Chalk Drill - at the blackboard)

களிமண்ணால் உருவங்களைச் செய்தல் (Clay Modelling)

இலை வேலைகள் (Leaf Work)

விளையாட்டுகளும் பாடல்களும் (Games and Songs)

உரையாடலும் கேள்விகளும் (Conversation and Questions)

எனும் திட்டத்தைப் பயன்படுத்துகிறோம்.

எழுத்துக்கட்டியால் வரைதல் : நாங்கள் நடத்தும் ஒவ்வொரு பள்ளியிலும் முடிந்தவரையிலும் எல்லாச் சுவர்களையுமே தரையிலிருந்து 5 அல்லது 6 அடி உயரம் வரையிலும் கரும்பலகைகளாகவே மாற்றியுள்ளோம். இம்முறையானது முழுவகுப்புமே ஒரே நேரத்தில் கரும்பலகையைப் பயன்படுத்திடப் போதுமான இடத்தைத் தருவதாக அமைந்துள்ளது. செலவைப் பொறுத்தமட்டிலும் ஆசிரியர்கள் மட்டுமே பயன்படுத்தும் மரத்தாலான கரும்பலகைகளுக்கு ஆகும் செலவைக் காட்டிலும் இவற்றால் அதிக செலவு ஆவதில்லை.

சுவர்கள் கரும்பலகைகளாகப் பயன்படுத்தப்படும் வகையில் எவ்வாறு தயார் செய்யப்படுகின்றன என்று என்னிடம் பலமுறை கேட்கப்படுவதால் அதன் செய்முறை பற்றிய தெளிவான விளக்கத்தை இங்கு தருகிறேன். எமது பள்ளிகளுக்காக இப்பணியைச் செய்த பணியாளர்களிடமிருந்து பெற்றுக் கொள்ளத்தக்க வகையில் எமது விளக்கம் அமையும். காரணம் என்னவெனில் எமது உள்ளூர் மேஸ்திரிகளுடன் தொடர்புடையவர்கள் அனைவருக்குமே அப்பணி பற்றித் தெளிவாக விவரிப்பதைக் காட்டிலும் அப்பணியைச் செய்வதில் அவர்கள் கெட்டிக்காரர்கள் என்பது தெரியும்.

புதிய கவர் எழுப்பும்போது வழக்கமாக இருமுறை சுண்ணாம்பு சாந்து பூசப்பட்ட பிறகு மீண்டும் இருமுறை அதேமாதிரியான சாந்து பூசப்பட்ட பிறகு மீண்டும் இருமுறை அதேமாதிரியான சாந்து பூசப்பட்டு கீழே விவரிக்கப்பட்டுள்ளபடி இருமுறை தேய்க்கப்படும்.

முதலாவது	சுண்ணாம்பும் மணலும் 1:3 என்ற விகிதத்தில் கலந்த காரை பூசப்படும்
இரண்டாவது	சுண்ணாம்பும் மணலும் 2:1 என்ற விகிதத்தில் கலந்த காரை பூசப்படும்.

மூன்றாவது	மட்டன் சூப் கொண்டு அப்பகுதி கழுவப்படும். ஆடுகளின் தலைகளும் கால்களும் கொதிநீரில் வேகவைத்து இந்தச் சூப் தயாரிக்கப்படும். உள்ளூர் மேஸ்திரிகள் இம்முறையையே விரும்புகிறார்கள். ஆனால், வேறு முறையொன்றை நாம் விரும்புகிறோம்.
நான்காவது	தேங்காய் மூடிகளைச் சுட்டு நன்றாகப் பொடியாக்கி அதைத் தண்ணீரில் கலந்து உடனடியாக ஒரு வழுவழுப்பான கல்லைக்கொண்டு சுவர் முழுவதும் தேய்த்துக்காய வைக்க வேண்டும்.
ஐந்நாவது	தேங்காய் பருப்பைக் கரியச்சுட்டு, அது காய்ந்த பொடியான பின்னர் அதனைச் சுவரில் தடவ வேண்டும். விளக்கில் சுட்டால் நல்ல கரிய நிறம் கிட்டும்.
ஆறாவது	கவர்களை முதலில் ஒரு துணியைக்கொண்டு துடைத்துப் பின்னர் கைகளால் துடைக்க வேண்டும்.

ஒவ்வொரு முறையும் கவர் நன்றாகக் காயுமாறு விட்டுவிட வேண்டும்.

மண்சுவர்கள் உட்பட்ட ஏற்கெனவே கட்டப்பட்டுள்ள எந்தச் சுவருமே வெடிப்புகளை நிரப்பிப் பூசிப் பின்னர் மூன்று முதல் ஆறாவது வழிமுறைகள் வரையுள்ளவற்றைப் பின்பற்றினால் கரும்பலகையாக மாறிவிடும்.

கரும்பலகைகளில் எழுதும் கட்டிகளால் வரையும் பயிற்சியில் ஈடுபடும் மாணவர்கள் தொடக்க முதலே அவ்வேலைகளைச் செய்வதில் முறையான வழக்கங்களைப் பின்பற்ற வேண்டும். தாங்கள் வரைந்தவற்றில் ஒரு பகுதியை அழித்திட அல்லது மாற்றிட அவர்களை ஒருபோதும் அனுமதிக்கலாகாது. நாம் எழுதும் அகரவரிசையிலுள்ள ஒவ்வொரு எழுத்தையும் அழித்துத் திருத்தி மாற்றி எழுதி நேரத்தை வீணாக்காமல், தொடக்க முதல் முடிவு வரை தொடர்ந்து வரைந்து அவ்வெழுத்தை முழுமையாக எழுதுவது போலவே மாணவர்களும் செய்ய வேண்டும். ஓர் எழுத்தின் வரைகோட்டிலோ அல்லது வடிவத்திலோ அவர்கள் ஏதேனும் திருத்தம் செய்ய விரும்பினால் தொடக்க முதல் முடிவு வரை அவ்வெழுத்தின் எல்லைக் கோட்டை மீண்டும் வரைவதன் மூலமாக மட்டுமே அதைச் செய்ய வேண்டும்.

எழுத்துக்கட்டிகளால் வரையும் பயிற்சியின் முதல் அம்சங்கள் எழுதப்படும் மொழியின் அடிப்படை அம்சங்களேயாம். அதாவது அம்மொழியின் எல்லா எழுத்துகளின் அடிப்படையான கோடுகளும் வளைவுகளுமே அவற்றைச் சரியாக வரைவதன் மூலமே ஒவ்வொரு எழுத்தின் உருவமும் பிறக்கிறது. படம் வரைவதற்குக்கூட இதுவே அடிப்படை.

மாணவர்கள் உடலை நேராக வைத்துக்கொண்டு தலையை நிமிர்த்தி நிற்க வேண்டும். அவர்கள் தங்களுடைய அசைவுகளை எல்லாம் கை மற்றும் முன்னங்கையைக் கொண்டு மாத்திரமே செய்ய வேண்டும். எழுத்துக் கட்டிகள் சிறு குழந்தைகள் தங்கள் கைவிரல்களால் எளிதில் பிடிக்கத்தக்க அளவில் இருக்க வேண்டும்.

தாங்கள் எழுதியதை அழித்து அதன் மீதே மீண்டும் எழுதும் அபாயகரமான வழக்கத்தில் மாணவர்கள் வழி நடத்தப்படாமல் தொடக்க முதலே சிந்தித்துத் தாங்கள் எழுதவிருக்கும் எழுத்தின் வடிவத்தை மனக்கண் முன்னால் நிறுத்திப் பார்த்து அவ்வெழுத்திலுள்ள நேர்கோடுகளையும் வளைவுகளையும் வட்ட வடிவங்களையும் மனதில் பதித்துக்கொண்டபிறகு எழுதத் தொடங்கினால் தங்களுடைய தசைவலிமையை ஒழுங்காகப் பயன்படுத்தும் பழக்கத்தைக் கற்றுக்கொள்வார்கள். அது எந்த எழுத்தின் கோடுகள், வளைவுகள், உருண்டைகள் போன்றவற்றையும் மலர், பூச்சி போன்ற பிற பொருட்களையும் மிக எளிதில் வரைவதற்குரிய ஆற்றலை அளிக்கும்.

நான் நன்கறிந்துள்ள அரசு ஓவியக் கல்லூரி (School Of Arts) மற்றும் அரசு ஆசிரியர் பயிற்சிப் பள்ளிகளில் ஓவியம் வரைவதற்காகத் தற்போது வழங்கப்படும் பயிற்சி தொடக்கப்பள்ளி மாணவர்களுக்கு முற்றிலும் பொருந்தாத ஒன்று. எமது பஞ்சமர் பள்ளிகளில் பணிபுரியும் ஆசிரியர்களுக்குப் பயிற்சியளிக்கத் தகுதியான ஆசிரியர் ஒருவரைக் கண்டுபிடிக்க முடியும் என்ற நம்பிக்கையுடன் எட்டு ஆண்டுகளாக ஓவியக் கல்லூரியில் மாணவர்களாயிருந்த பல உயர்வகுப்பு மாணவர்களை (Advanced Students) நான் சோதித்துப் பார்த்துள்ளேன். ஆனால் எங்களுடைய ஆசிரியர்கள் அபாயகரமான போதனா முறைகளைப் பழகிக் கொள்ளாதவாறு அவர்களைத் தடை செய்தற்காகவே அவர்களை நான் உடனடியாக ஒதுக்கித்தள்ள வேண்டியதாயிற்று. நேர்க்கோட்டையோ, வட்டத்தையோ சுருளையோ வழிகாட்டும் கோடுகளின்றிச் சுயமாக வரையக்கூடிய ஓவியக் கல்லூரி மாணவரை நான் இதுவரையிலும் பார்க்க முடியவில்லை. இதேவேலையை எழுத்துக் கட்டிகளைக் கொண்டு வரையும் பயிற்சியைச் சில வாரங்கள் செய்து

முடித்தபின் எமது பஞ்சமர் குழந்தைகளில் பெரும்பாலானவரால் செய்ய முடியும்.

ஓவியம் வரைதல் என்பது சிந்தனையை வெளிப்படுத்துவதற்கான தனித்தன்மை வாய்ந்ததொரு வழிமுறையாகக் கருதப்பட வேண்டும். அந்த வகையில் ஒவ்வொரு பாடத்திலும் அது இடம்பெற வேண்டும். குழந்தைப் பருவத்திலிருக்கும் மாணவர்களிடமிருந்து முழுமையாக முடிவுற்ற படங்களோ குறையற்ற ஓவியங்களோ எதிர்பார்க்கக் கூடாது. குழந்தைகள் தங்களுடைய எண்ணங்களை எழுத்துக் கட்டிகள் மூலம் வெளியிடத் தொடங்க வேண்டும். இச்செயலைச் செய்வது போலவும் வெகுசாதாரணமாகச் செய்ய வேண்டும். ஒவ்வொரு வகுப்பறையும் வளரும் செடிகள், சிப்பிகள், பறவைகளின் கூடுகள் மற்றும் அவ்வூரில் எளிதில் கிடைக்கக்கூடிய இயற்கையான பொருள்களால் நிறைந்திருக்க வேண்டும். இப்பொருள்களைக்கொண்டு சமச்சீர் அளவு, அழகு, வடிவம், வண்ணம், மேற்பரப்பு போன்றவற்றை வேறுபடுத்தி மாணவர்களுக்குக் கற்றுத்தர முடியும். தோற்றமும் குழந்தைகளுக்குக் கல்வி புகட்டும் பணியில் இவைபோன்று ஆர்வமூட்டும் வகையில் அமைய முடியாது. முதலில் ஒரு படம் அல்லது மாதிரித் தோற்றத்தை வரைந்து அதனை மாணவர்கள் பார்த்து வரையச் செய்திட எந்தவொரு ஆசிரியரும் எண்ணலாகாது. இதே முறைதான் ஓவியக் கல்லூரியிலும் ஆசிரியர் பயிற்சிப் பள்ளிகளிலும் பின்பற்றப்படுகிறது என்றாலும் தொடக்கப் பள்ளிகளுக்கு இம்முறை பொருத்தமாயிராது.

எழுத்துக்கட்டியைப் பயன்படுத்தும் அளவிற்குத் தசைகளைக் கட்டுப்படுத்தும் திறத்தைப் பெற்றவுடன் ஒரு குழந்தையின் கையில் ஒரு பொருளை வைத்துக் கவனமாகக் கேள்வி கேட்பதன் மூலமாக அப்பொருளின் தனிச் சிறப்பு வாய்ந்த உருவரைக் கோட்டையும் தன்மைகளையும் அடையாளங்களையும் கண்டுணர்ந்திட ஆசிரியரை வழிநடத்திட வேண்டும். மாணவர் வரைந்திருப்பதை ஒரேயொரு திருத்தம் மூலமாக மாற்றியமைக்கவும் ஆசிரியர் விரும்பலாகாது. இப்படிச் செய்தால் அந்நொடிப் பொழுதிலேயே அந்த ஓவியம் மாணவரின் சிந்தனையின் வெளிப்பாடாக அல்லாது ஆசிரியரின் கைவண்ணமாகவே இருக்கும். இளம் மாணவர்களிடமிருந்து எதிர்பார்க்கப்படுவது கைதேர்ந்த கைவினைஞரின் முழுமை பெற்ற உவமல்ல என்பதை நினைவில் கொள்ளுங்கள். ஒரு குழந்தை தனது ஓவியம் அல்லது மாதிரித் தோற்றத்தை வரைகலை நிறைவு செய்த பின்னர் அதன் வளர்ச்சிப் படிநிலைகளில் அதுவே செய்யத்தக்க வெகுசிறந்ததென்று காணப்பட்டால் அது மற்றவர்களுடைய கைவிரல்களால் சிதிலமடையாமல் அக்குழந்தையின் கைவண்ணமாகவே இருந்திட அனுமதிக்கப்பட வேண்டும்.

குழந்தையின் மனதைத் திறப்பதிலும் வளர்ச்சியுறச் செய்வதிலும் சித்திரம் தீட்டுதலை முறையாகக் கற்பித்தல் முக்கிய இடம்பெறுவதாக நான் கருதுவதாலயே அதுபற்றி சிறியதொரு கையேடு தயாரிப்பது பற்றி ஓரளவு சிந்தித்தேன். அவ்வாறு சிந்தித்துக்கொண்டிருக்கையில் தான் ‘ஆக்ஸ்பர்கின் சித்திரக் கையேடு எண் – *1*’ (Augsburg’s Drawing Book No.*1*) எனும் நூலின் ஒரு பிரதி என் கண்ணில் பட்டது. படங்களுடன் கூடிய நூலை வெளியிடுவதற்கு இந்திய அச்சகங்களில் உள்ள குறைவான வசதிகளைக்கொண்டு என்னுடைய நூலை அச்சிட்டு வெளியிடுவதைக் காட்டிலும் அனைத்து வகையிலும் மிக நல்லதாயும் மிகச் சிறந்த படங்கள் நிறைந்ததாயும் இருப்பதால் நான் இச்சிறு நூலையே பரிந்துரைக்க விரும்புகிறேன்.

களிமண்ணால் உருவங்களைச் செய்தல்: ஓவியம் வரைதலைப் பற்றிச் சொல்லப்பட்டதெல்லாம் களிமண்ணால் உருவங்களைச் செய்வதற்கும் பொருந்தும். மாணவர் தாம் பார்த்துச்செய்யத் தக்கதொரு உண்மையான பொருளைத் தமக்கு முன் வைக்காமல் ஒரு போதும் தனது வேலையைச் செய்யலாகாது. தனக்கு முன்னிருக்கும் பொருளைத் தொட்டுப் பார்த்து அதன் வடிவத்தில் வேறொன்றை உருவாக்க முயற்சிக்கும் வரை அவர் அப்பொருளை உண்மையில் அறிய முடியாது. ஒரு பொருளின் அளவைக் கவனித்து அதன் வடிவத்தையும் அளவையும் புரிந்துகொள்வதற்குக் களிமண்ணால் உருவங்களைச் செய்யும் பயிற்சி மிகவும் மதிப்புமிக்க உபகரணமாகும். இதனைச் செய்வதற்கு சாதாரண கிராமப்புறக் களிமண்ணே ஏற்றதாகும்.

இலை வேலைகள்: பஞ்சமர் பள்ளிகளில் இலை வேலைகளுக்காக தென்னை மரங்களில் இருந்தும் பனைமரங்களில் இருந்தும் எடுக்கப்பட்ட ஓலைகள் பயன்படுத்தப்படுகின்றன. இவ்வோலைகளில் இருந்து பள்ளியிலோ அல்லது தங்களுடைய வீடுகளிலோ உட்காரும் அளவிற்குப் பெரிய பாய்களை மாணவர்களால் பின்ன முடியும். கூடைகள், குழந்தைகளுக்கான கிலுகிலுப்பைகள், ஊதுகுழல்கள், ஒலிப்பான்கள், பறவைகள், மிருகங்கள், பூச்சிகள், விடுகதைப் படங்கள் (puzzles) போன்று கணக்கிட இயலாத பயனுள்ள பலதரப்பட்ட பொருட்கள், பொம்மைகள் மற்றும் அலங்காரமான அணிகலன்களும் மாணவர்களால் செய்யப்படுகின்றன. இதுபோன்ற ஒவ்வாரு பொருளும் நடைமுறையில் பயனுள்ளதாகவோ அல்லது குழந்தைகளுக்கு மகிழ்ச்சியூட்டுவதாகவோ இருக்கும். எல்லாவற்றிற்கும் மேலாக, அவையாவும் குழந்தைகள் வாழும் சூழ்நிலைக்கு ஏற்றவையாயும் அவர்களுக்கு நன்கு அறிமுகமானவையாயும் அமைந்திருக்கும். இலைகளும் எல்லாக் காலங்களிலும் குறைந்த விலைக்குக் கிடைக்கும்.

மடிப்பதற்கு வண்ணக் காகிதங்களோ நரம்பிழைகளில் கோப்பதற்கும் அட்டைகளில் ஒட்டுவதற்கும் பாசிமணிகளோ அல்லது பின்னல் வேலைகளுக்கான அட்டைகளோ எமது பஞ்சமர் பள்ளிகளில் பயன்படுத்தப்படுவதில்லை. வண்ணக் காகிதங்கள் ஐரோப்பாவிலிருந்து இறக்குமதி செய்யப்படுகின்றன. அக்காகிதம் மிக மிருதுவாகவும் வியர்வை பட்டவுடன் மேலும் மிருதுத்தன்மை அடைவதாயும் இருக்கும். குழந்தைகளின் கை விரல் பட்டவுடன் இவை கிழிந்துபோகும். மிகச்சிறய உருவமொன்றை வெற்றிகரமாகச் செய்திடவே தசைகளையும் நரம்புகளையும் கவனமாக ஒருங்கிணைக்கும் திறம் வேண்டும். அத்திறம் இயற்கையாகவே எந்தக் குழந்தைக்கும் இராது. இறக்குமதி செய்யப்பட்ட காகிதத்தைப் பள்ளியால் வாங்க முடிந்தாலும் மாணவர்களும் வெற்றிகரகமாக அவற்றை வெட்டி மடித்தாலும் அவற்றால் உருவாக்கப்படும் பொருள் மாணவர்களுக்கு என்ன பயனைத்தர முடியும்? ஏதேனும் ஒரு குழந்தையின் நடைமுறை வாழ்க்கையில் அப்பொருள் எந்த நோக்கத்தை நிறைவு செய்யும்?

பின்னல் வேலையும் நரம்பிழைகளில் பாசிமணிகளைக் கோப்பதற்குமான பயிற்சி சூரிய வெளிச்சத்தில் தூக்கிப் பிடித்தால் மட்டுமே தெரியக்கூடிய அளவுக்குச் சிறிய துவாரத்தில் கவனத்தைச் செலுத்துவதற்கான பயிற்சியே கண்ணுக்கும் கைக்கும் இத்தகைய பயிற்சி எத்துணை அழுத்தத்தை ஏற்படுத்தும் என்பதைச் சிந்தித்துப் பாருங்கள். குழந்தையின் மிருதுவான நரம்பு மண்டலத்திற்கு ஏற்படுத்தும் துன்பத்துடன், ஒரு குழந்தை இவ்வேலையைச் செய்வது அக்குழந்தைக்காக மற்றவர்களால் வகுக்கப்பட்டுள்ள ஒன்றை அக்குழந்தை எந்திரத்தனாகப் பின்பற்றிச் செய்வதே என்பதையும் எண்ணிப் பார்க்க வேண்டும். இவ்வட்டைகளின் மேல் ஆசிரியர் ஒரு படகின் படத்தை வரைந்துள்ளார் என்று வைத்துக்கொள்வோம். படகின் ஓரங்களில் ஒழுங்கான இடைவெளி விட்டு ஆசிரியர் துளைகளை இட்டிருக்கிறார். இப்போது குழந்தை ஊசியின் காதில் நூலைக் கவனமாகச் செலுத்தி ஆசிரியர் ஏற்படுத்தியிருக்கிற ஒவ்வொரு துளையையும் கவனமாகப் பார்த்து பின்னல் வேலையைத் தொடர்ந்து செய்ய வேண்டும். குறிபார்ப்பதற்கான இப்பயிற்சியைப் போன்றதுதான் நரம்பிழைகளில் பாசிமணிகளைக் கோக்கும் பயிற்சி. குழந்தைக்குரிய இவ்வேலையின் கல்விபுகட்டும் தன்மையையும் அறிவற்ற வகையில் கனசதுரங்களையும் உருளைகளையும் வைத்து மாயவித்தை காட்டுவதை ஒப்பிட்டுப் பாருங்கள்.

இவ்வேலைகளில் குழந்தைக்குரிய அம்சம் எதுவுமே உண்மையில் இல்லை. இவற்றுடன் பஞ்சமர் பள்ளிகளில் செய்யப்படுபவற்றை

ஒப்பிட்டுப் பாருங்கள். அங்கே எழுத்துக் கட்டிகள், இலைகள், களிமண் போன்றவற்றைக் கொண்டு ஒவ்வொரு குழந்தையும் ஊக்கப்படுத்தப்பட்டுத் தன்னை வெளிபடுத்தத் தூண்டப்படுகிறது. இத்தகைய வெளிப்படுத்தல்கள் மூலமாக ஒரு குழந்தை தன்னுடைய ஒழுங்கற்ற சிந்தனைகளிலிருந்து உயர்வானதும் அதிகச் சிக்கலானதுமான எண்ணங்களுக்கு வழி நடத்தப்படுகிறது. ஒவ்வொரு குழந்தையும் தான் செய்கிற வேலையின் மூலமாகத் தன்னை வெளிப்படுத்திட நாம் வழிகாட்ட வேண்டும். அவர்கள் செய்கின்ற இதுபோன்ற வேலையைக் கவனமாக ஆய்ந்து பார்ப்பதன் மூலமாகவே ஒரு ஆசிரியர் தனது வகுப்பிலுள்ள மாணவனின் வாய்ப்புகளையும் பலவீனங்களையும் கணிக்க முடியும். அவ்வாறு ஆய்ந்து கணிப்பதன் மூலமே கற்றுக்கொள்வதில் ஆர்வமாக இருக்கும் பருவத்திலேயே ஒரு மாணவனின் தவறுகளைத் திருத்திப் பலவீனமான அம்சங்களைப் பலப்படுத்த முடியும்.

விளையாட்டுகளும் பாடல்களும்: தனது உடலில் உள்ள தசைகளைத் தனது கட்டுப்பாட்டுக்குள் கொண்டுவருவதில் குழந்தைக்குப் பயிற்சி கொடுக்கப் பாடல்களும் பாடல்களுடன் கூடிய விளையாட்டுகளும் பயன்படுத்தப்படுகின்றன. வளையல் வீசுதல் (Ring Toss) இத்தகைதொரு விளையாட்டு. சுமார் 18 அங்குல நீளமுள்ள ஒரு கம்பு களிமண் அல்லது மணல் நிரம்பிய பானையில் குத்தப்பட்டிருக்கும் அல்லது மரப்பலகையால் ஆனதொரு அடிமட்டம் இருக்கும். அது எளிதில் கவிழாததாய் இருக்க வேண்டும். வளையங்கள் நாரினால் செய்யப்பட்டவையாய் இருக்கும். தண்ணீர்ப் பானைகள் நேரே நிற்பதற்காக அவற்றினடியில் வைக்கப்படும் பிரிப் போல் அவை இருக்கும். அவை சிவப்பு, பச்சை, நீலம், மஞ்சள் போன்ற வண்ணங்களாலான துணிகளால் சுற்றப்பட்டிருக்கும். வளைங்களைச் சுற்றி மாணவர்கள் வட்ட வடிவில் நிற்பார்கள். ஒவ்வொரு வளையத்தின் வண்ணத்தின் பெயர் ஆசிரியரால் சொல்லப்படும்போது அதே வண்ணத்தில் அமைந்த வளையத்தை வைத்திருக்கும் குழந்தை அதை அறிந்துகொண்டு அவ்வளையத்தைக் கம்பின் மீது வீசியெறிய வேண்டும். வளையத்தைக் கம்பின் மீது குறிபார்த்து வீசுவதெப்படி என்பதை ஆசிரியர் மாணவர்களுக்குச் சொல்லிக் கொடுத்தருப்பார். இந்த விளையாட்டு முழு உடலையும் சீராக வைத்திருக்கவும் அடிப்படையான சில தசைகளைப் பயன்படுத்தவும் கம்புக்கும் தனக்குமிடையே உள்ள தூரத்தைக் கணிக்கவும் பல்வேறுபட்ட வண்ணங்களில் நிறம் பிரித்துப் பார்க்கவும் ஒரு மாணவனுக்குப் பயிற்சியளிக்கப்படுகிறது.

இதே விளையாட்டைச் சில மாறுதல்களுடன் ஆசிரியர் நடத்தலாம். ஒவ்வொரு வளையத்தின் நிறத்திற்கேற்ப நிறமுள்ள துண்டுத்துணியைக்

கம்பின் நடுப்பகுதியில் சுற்றி வைக்கலாம். கம்பிலுள்ள துணியின் நிறத்தில் அமைந்த வளையத்தை வைத்திருக்கும் குழந்தை அந்நிறத்தை அறிந்துகொண்டு தனது வளையத்தைக் கம்பின் மீது எறியலாம். நிறங்களைப் பொருத்திப் பார்ப்பதில் பல குழந்தைகள் தொடக்கத்தில் மிக மெதுவாக இருப்பது நமக்கு வியப்பூட்டும். ஆனால், அதில் அவர்கள் வெற்றியடையும்போது எவ்வளவாய் மகிழ்ச்சியடைகிறார்கள் என்று பார்க்கையில் நமக்குச் சுவாரஸ்யமாக இருக்கிறது.

குழந்தைக்குரிய மழலையர் கற்பித்தல் முறைகளுக்கான நல்லதொரு எடுத்துக்காட்டாக இது விளங்குகிறது. விளையாடிக் கொண்டு இருக்கும்போதே குழந்தைகள் நிறம் பற்றிய புதிய அறிவைப் பெற்றுக்கொள்கிறார்கள். 'குழந்தைக் கல்வி' என்பது களிமண்ணால் உருவங்களைச் செய்தல் அல்லது ஓவியம் வரைதல் போன்று வழக்கமான பள்ளிபாடத் திட்டத்திற்கு ஏற்ப நடைபெறும் வகுப்புகளுடன் கட்டாயமாகவோ அல்லது விருப்பத்தின் அடிப்படையிலோ சேர்க்கப்படத்தக்க ஒன்றல்ல. குழந்தைக் கல்வி ஆசிரியர்களுக்கான ஒரு பாடமாக இருக்க வேண்டியதே ஒழிய மாணவர்களுக்குரிய பாடப் பொருளல்ல. 'குழந்தைகளின் தோட்டம்' (Kindergarten) என்று பொருள்படும் ஜெர்மானியச் சொல் ஒன்றுண்டு. மாணவர்கள் ஆசிரியர்களால் கண்காணிக்கப்பட்டு, சிறு குழந்தைகள் அரியதொரு சாதனையை நிறைவேற்றுவதாக ஒருபோதும் உணராமல் வெகு இயற்கையாவே ஒவ்வொரு குழந்தைக்கும் ஏற்ற வகையில் அமைந்த வழிமுறைகளைக் கொண்டு அவர்களுடைய மூளை மற்றும் உடல் தத்தம் வலிமைகளைத் தாமாகவே மலரச் செய்து அறிவடைய அவர்களை வழிநடத்தும் இடமாகும் இந்தத் தோட்டம்.

வேறொரு விளையாட்டில் அதே வளையங்கள் அல்லது பையன்களுடைய தொப்பிகள் வரிசையாகத் தரையில் அடுக்கி வைக்கப்பட்டிருக்கும். சிறு குழந்தைகள் வளைங்களைத் தொடாமலே துள்ளுவதற்கும், தத்தித் தத்தி நடப்பதற்கும் குதிப்பதற்கும் ஓடுவதற்கும் இடமளிக்கும் வகையில் ஒவ்வொரு தொப்பி அல்லது வளையத்திற்கும் இடையே போதிய இடைவெளி இருக்கும் வகையில் அவை அடுக்கி வைக்கப்படும். இந்த விளையாட்டும் தசைக்கட்டுப்பாடு, உடல் சாய்வு நிலை, சமன்செய்து நிற்பது, தூரத்தைக் கணித்தல் ஆகியவற்றைக் கற்றுத்தரும்.

நமது நோக்கத்தை நிறைவேற்றுவதற்கு ஏற்ற இன்னொரு விளையாட்டு இந்தியாவிலுள் எல்லாச் சிறுவருக்கும் சொந்தமானது. ஒரு பையன் தடையாக இருப்பான். அவன் ஒரு காலை தனக்கு முன்பாக நீட்டிக்

கொண்டு தரையில் உட்காருவான். இந்தக் காலின் மீது பையன்கள் வரிசையாகத் தாண்டிச் செல்வார்கள். அதன்பின்னர் நீட்டப்படிருக்கிற காலின் பாதத்தின்மீது அடுத்த காலின் குதிகால் வைக்கப்படும். மற்ற பையன்கள் இந்த உயரத்தையும் தாண்டிச் செல்வார்கள். அதன்பின்னர், கால்கள் மீது ஒரு கை வைக்கப்படும். அடுத்த கையும் வைக்கப்படும். அடுத்து மற்ற பையன்கள் அவனுடைய முதுகின் மேல் வாசையாகத் தாவிச் செல்வார்கள். அதைத் தொடர்ந்து அம்மாணவன் தரையில் அமர்ந்திருப்பான். மற்ற பையன்கள் அவனது தலையின் மீது தாவிக்குதித்துச் செல்வார்கள். கடைசியாக ஒரு வளையம் அல்லது ஒரு தொப்பி முதல் பையன்மீது வைக்கப்பட்டு மற்ற பையன்களின் தாண்டும் அளவுக்கு உயரம் கூட்டப்படும். இந்த விளையாட்டின் ஏதேனும் ஒரு கட்டத்தில் ஏதாவதொரு பையன் தடையைத் தொட்டால் அவனே தடையாகச் செயல்பட வேண்டும்.

உரையாடலும் கேள்விகளும்: பொழுதுபோக்கு என்ற போர்வையில் பிஞ்சு மனங்களுக்குக் கற்றுக் கொடுக்கப்படுகிறவற்றை அவர்கள் ஏற்றுக்கொண்டு அவர்களுடைய மனங்களில் பத்து மடங்கு ஆர்வத்தை உண்டாக்குவதில் உற்சாகத்துடனும் எழுச்சியுடனும் செயல்பட்டு, விளையாடிக் கொண்டுதான் இருக்கிறோம் என்று குழந்தைகள் சிந்தித்துக்கொண்டிருக்கையிலேயே பயனுள்ளவற்றைக் கற்பதில் அவர்களை ஈடுபடுத்தும் வகையில் தனது பணியை ஒழுங்குபடுத்தி பல்வகைத் தன்மையுள்ளதாகக் காட்டுவதில்தான் மழலையர் கல்வியின் உண்மையான வழிமுறைகள் வெற்றிபெறுவதன் இரகசியம் அடங்கியுள்ளது. இத்தகைய கல்வி முறையைக் கைக்கொள்வதில் முதலாவதாகப் பின்பற்ற வேண்டிய நடைமுறை அம்சம் யாதனில் தாம் விரும்பும்போது குழந்தைகள் தம்மிடம் வரவும், தான் பேசும்போது அல்லது புன்னகை புரியும்போது தம்முடன் பேசவும் ஆயத்தமாக இருக்கும் வகையில் ஆசிரியர் இனிமையான இன்முகத்துடன் கூடிய அன்புள்ள நடவடிக்கையைப் பின்பற்ற வேண்டும். வேலையை விளையாட்டுப் போலத் தோற்றமளிக்கச் செய்துகொண்டே விளையாட்டை அதன் இறுதி இலக்காகிய கற்பித்தலுக்குத் தொடர்புபடுத்திக்கொள்வதே வெற்றிகரமான மழலையர் ஆசிரியரை உருவாக்குகிறது. தொடக்கநிலை ஆசிரியரும்கூட தொடக்க வகுப்புகளில் உள்ள மாணவர்களின் வயதுக்கேற்ப இக்கொள்கையில் சில மாறுதல்களைச் செய்து பின்பற்ற வேண்டும்.

மழலையர் வகுப்பு மாணவர்கள் அணிவகுப்புப் பாடல் ஒன்றைச் சைகைகளுடனும் உற்சாகத்துடனும் பாடிக்கொண்டே அணிவகுத்துச்

செல்வர். மாணவர்கள் வட்டவடிவில் நின்றுகொண்டு அதே பாடலை வாழ்த்துக்கூறும் பாடலாக மாற்றிப் பாடுவார்கள். முதலாவது தங்களுடைய ஆசிரியர்களுக்கும் பின்னர் ஒருவருக்கொருவர் வாழ்த்துக் கூறிப் பாடுவார்கள். அதைத் தொடர்ந்து ஆசிரியர்கள் அதே வட்டத்தில் மாணவர்களுடன் தரையில் உட்காருவார்கள். இவ்வாறு வேலை தொடங்கும்.

முதலாவது சிறு குழந்தைகள் பள்ளிக்கு வருமுன் எதைச் சாப்பிட்டார்கள். வேறு என்னென்ன செய்தார்கள். தங்களுடைய பெற்றோர்கள் என்ன செய்தார்கள் போன்ற கேள்விகளைக் கேட்டுச் சிரிப்பில் மூழ்குவார்கள். இவ்வாறாக அவர்களுடைய இளம் நினைவுகள் வரிசைக் கிரமத்தில் நிகழ்ச்சிகளை நினைவுகூர்ந்திட தூண்டப்பட்டுத் தொடர்ச்சியாகச் சிந்திப்பதற்கான பயிற்சி தொடங்குகிறது.

ஆசிரியர் வெகுசிரத்தையுடன் தனது வகுப்பைக் கவனிக்கிறார். ஆசிரியர் தாம் செய்வதில் மாணவர்களின் உற்சாகம் சிறிதளவேனும் குறையும்போது, ஒரு விளையாட்டை விளையாடலாமா, என்ன விளையாட்டு விளையாடலாம் என்று கேட்பார். கால்பந்து கொண்டு வரப்பட்டு மாணவர்களும் ஆசிரியர்களும் வட்டமாக நின்றுகொண்டே கால்பந்தை முன்னும் பின்னும் உற்சாகமாக எட்டி உதைப்பார்கள். தன் காலுக்கு நேரே வந்த பந்தினை அடிக்காமல் தவறவிட்ட மாணவர் அல்லது ஆசிரியர் விளையாட்டில் கலந்துகொள்ளாமல் தனது இடத்தில் தரையில் அமர்ந்து விடவேண்டும், மற்றவர்கள் தொடர்ந்து விளையாடுவார்கள். தன்னை நோக்கிவரும் பந்தினைப் பார்ப்பதில் துரிதம், தங்களுடைய உடலின் ஒவ்வொரு தசையைக் கொண்டும் பாதங்களை ஆயத்தமாக வைத்தல், நல்ல சுபாவம், தன்னடக்கம் போன்றவைகளே இவ்விளையாட்டின் மூலம் மாணவர்கள் கற்றுக்கொள்ளும் காரியங்களாகும். இது அவர்களுக்குப் பெரிய உற்சாகத்தைத் தரும்.

வெகுகவனமாக மாணவர்களைக் கண்காணிக்கும் ஆசிரியர் சற்று நேரத்திற்காவது கலக்கம் இல்லாமல் அமைதியாக உட்கார வேண்டிய அளவுக்கு மாணவர்கள் உடலளவில் களைப்படைந்து இருப்பதைக் கண்டு கொள்ளுவார். எனவே, அவர் மாணவர்களுக்கு ஒரு கதையைச் சொல்ல இருப்பதாகக் கூறி அவர்கள் முன்பு இருந்தவாறே வட்டவடிவில் உட்காருமாறு கூறுவார். ஆசிரியர் சொல்லும் கதையின் பெரும்பகுதி மாணவர்களின் அனுபவத்திலுள்ள காரியங்களைப் பற்றியே இருக்கும். ஆசிரியர் அவற்றுடன் சில விளக்கங்களைச் சேர்த்து

சிலவற்றைத் தெளிவுபடுத்திச் சிறு குழந்தைகள் சில கேள்விகளைக் கேட்க ஆயத்தப்படும் வகையில் அவர் கதையைச் சொல்லுவார். இக்கல்வி முறையின் மிகப்பெரிய நன்மை யாதெனில் மாணவர்களின் நினைவுகளைத் தூண்டிவிட்டுக் கதைப்பொருளில் மாணவர்களிடமும் கேள்விகளைக் கேட்டு கதையைப் பின்பற்றாமல் பராக்குப் பார்த்துக்கொண்டிருக்கும் மாணவனின் கண்களைப் பார்த்தறிந்து அவனிடம் ஒரு கேள்வியைக் கேட்டுத் தொடர்ந்தால் அதைக் கேட்கும் ஆர்வம் மங்காமலிருக்கும் ஆசிரியரின் விளக்கமும் இடையிடையே தரும் தகவல்களும் குழந்தைகள் ஏற்கெனவே அறிந்துள்ளவற்றின் ஒரு பகுதியாக இருக்குமானால் ஒரு பாடத்தைக் கற்பது போன்ற உணர்வில்லாமலேயே மாணவர்கள் தங்களது அறிவைப் பெருக்கிக் கொள்வார்கள்.

உண்மையான பொருட்கள், களிமண்ணால் செய்யப்பட்ட உருவங்கள் போன்றவற்றைக் காட்டிக் கற்றுக் கொடுக்கப்படும் கதைப் பாடங்களில் இருந்து எடுக்கப்படும் உண்மைகள் கூடுமான அளவு நடித்துக் காட்டப்படுகின்றன. ஒரு பாடத்தின் முழுப்பகுதியையும் விளக்கும் வகையில் அமைவதுடன் நினைவுகூருவதற்கு உதவும் வகையில் ஒரு நாளின் நிகழ்ச்சிகள் அனைத்தும் ஒரேயொரு பாடத்தைச் சார்ந்ததாகவே இருக்கும். பாடப் பொருளில் செய்யப்படும் மாற்றங்கள் எவற்றில் அமையுமென்றால் கதைப் பாடங்கள் கதைப்பாடங்களை நடித்துக் காட்டுதல், சைகைப் பாட்டுக்களும் (action songs) விளையாட்டுகளும் பயன்படுத்துதல், ஓவியம் வரைதல், வண்ணங்களைக் கொண்டு பூசுதல், களிமண்ணால் உருவங்களைச் செய்தல், பனை ஓலையால் கைவேலைகள் செய்தல், காகிதத்தில் வேலைகள் செய்தல் போன்ற பல வகைகளில் அமையும்.

ஒரு பாடப்பொருள் பல வகைகளில் விளக்கப்படுவதற்குரிய எடுத்துக்காட்டாக ஒரு நாளுக்குரிய பாடங்களாக 'நெல்' எனும் பாடப்பொருளை எடுத்துக்கொள்வோம். முன்னர் குறிப்பிட்டபடி மாணவர்களிடம் கேள்வி கேட்கையில் பள்ளிக்கு வருமுன் அவர்கள் சாப்பிட்ட கஞ்சி அரிசியிலிருந்து தயாரிக்கப்பட்டது என்று ஆசிரியர் விளக்குவார். பின்னர் கவனமாகக் கேள்வி கேட்பதன் மூலமாகவும் குறிப்பால் உணர்த்துவதுடன் தன்னுடைய ஆலோசனைகளைச் சொல்லுவதன் மூலமாகவும் நெல்லின் கதை முழுவதையுமே படிப்படியாக நிலத்தைப் பண்படுத்துதல், நாற்று நடுதல், நீர் பாய்ச்சுதல், நெற்கதிர்கள் வளர்ந்து முதிர்ச்சியடைதல், அறுவடை செய்தல், காளைகளைப் பயன்படுத்திக் கதிர்களைப் பிரித்தல், புடைத்தல்,

சந்தையில் விற்பதற்கான ஆயத்தம், நெல்லை வாங்குதல், அரிசியைச் சமைத்தல் அதைத் தொடர்ந்து சமைக்கப்பட்ட உணவை உண்ணுதல் வரை அனைத்தையும் விளக்கிச் சொல்லுவார்.

நெல்லின் வளர்ச்சியின் பல்வேறு படிநிலைகளை உண்மையான பொருட்களைக் காட்டி விளக்கலாம். நிலத்தைப் பண்படுத்தலையும் சூடடித்தலையும் நான்காவது வகுப்பு மாணவர்களைக் கொண்டு நடித்துக் காட்டலாம். பஜாரிடம் கிடைக்கும் பலவகையான நெல்மணிகளையும் காட்டலாம்

சைகைப் பாடல்கள் பெரும்பாலும் ஆசிரியர்களாலேயே எழுதப்படும் மெட்டமைக்கப்படும். பெரும்பாலான ஆசிரியர்கள் அதில் கைதேர்ந்தவார்களாகி உள்ளனர். கூடுமாவரையிலும் அப்பாடல்கள் ஒரு கதையை விளக்கும் வகையில் அமைக்கப்பட்டிருக்கும். குழந்தைகள் அப்பாடலைச் சைகைகள் மூலமாகவே கதையின் பல்வேறு படிநிலைகளை விளக்கிக் காட்டிப் பாடுவார்கள்.

குழந்தைகள் பெரிய வட்டத்தை மாற்றிச் சிறுசிறு குழுக்களாகப் பிரிந்து ஓவியம் வரைதல், வண்ணங்களைக் கொண்டு வரைதல், களிமண்ணால் உருவங்களைச் செய்தல், இலை வேலைப்பாடு, காகிதத்தை வெட்டி ஒட்டுதல் போன்ற வேலைகளைச் செய்யும்போதும் ‘நெல்’ தாமே பாடப் பொருளாக இருக்கும். நெல் செடியை வரைந்து அதற்கு வண்ணம் பூசுவார்கள்; மாடுகளும் ஓட்டுகிற மனிதனும் பஜாரில் நெல்லை விற்கிற மனிதனும் காகிதத்தில் செய்யப்படுவார்கள். இவற்றைச் செய்யும் சிறு குழுக்கள் ஆசிரியருடைய உதவியாளரால் மாறி மாறிப் பார்வையிடப்படுவார்கள். இடையிடையே அவர்கள் பெரிய வட்டத்திற்கு வந்து அதன் வேலையைச் செய்வார்கள்.

அன்றாடத் திட்டத்தில் இடம்பெறும் இக்கதையின் வேறொரு வடிவமும் உண்டு. இது வழக்கமாக அறநெறிப் போதனையைத் தன்னகத்தே கொண்ட கட்டுக்கதை அல்லது நாட்டுப்புறக்கதையாக அமைந்திருக்கும். இக்கதையை நடித்துக் காட்டுவதெப்படி என்று ஆசிரியர் குழந்தைகளுக்குச் சொல்லிக் கொடுப்பார். பின்னர் தங்களுடைய வார்த்தைகளிலேயே அதே கதையைக் குழந்தைகள் ஆசிரியருக்கும் சொல்லிக் கொடுத்திடக் குழந்தைகளுக்கு அவர் உதவிடுவார். இத்தகைய கதைகளுக்கு உதாரணாகப் ‘பேராசை பிடித்தவன்’ என்ற கதையைச் சொல்லலாம். இக்கதையில் ஒரு பையன் சட்டியினுள் கொஞ்சம் அரிசியைப் போட்டபின் சட்டிக்குள் கையைவிட்டுத் தன்னால் தூக்க முடியாத அளவில் அரிசியை அள்ளியதால் கையை வெளியே எடுக்க இயலாது போய்விடும்.

மழலையர் வகுப்பில் எண்ணிக்கைப் பயிற்சி கொடுக்கப்படும் படிநிலைக்கு வரும்போது தொடக்க முதலே ஒவ்வொரு எண்ணும் ஒரு பொருளால் விளக்கிக் காட்டப்படும். முதலில் ஒன்று எனும் எண்ணைக் கற்பிப்பதற்காக வகுப்பறையில் தரை மீது பொருட்கள் பரப்பி வைக்கப்பட்டிருக்கும். ஒரு புத்தகம், ஒரு தொப்பி, ஒரு இலை, ஒரு மலர், ஒரு மணி, ஒரு பெட்டி இன்ன பிற ஒன்று என்ற எண்ணின் அடையாளமாகிய 1 என்பதையும் அதன் எழுத்து வடிவத்தையும் (ஒன்று) தயக்கம் எதுவுமின்றிக் குழந்தை அறிந்துகொள்ளும்வரை அப்பொருட்கள் வகுப்பறையிலேயே இருக்கும். ஒன்றுக்கும் மேற்பட்ட எண்களைக் கற்றுக்கொடுக்கும் போதும் இதைப் போலவே அவ்வெண்களைக் குறிக்கும் உண்மையான பொருட்கள் பயன்படுத்தப்பட வேண்டும். ஆனால் ஒரு புத்தகமும் ஒரு புத்தகமும் சேர்ந்தால் இரண்டு புத்தகங்களாகும் என்பதைக் குழந்தை தெரிந்து கொண்ட வேளையிலிருந்து இரண்டு புத்தகங்களிலிருந்து ஒரு புத்தகத்தை எடுத்துவிட்டால் ஒரு புத்தகம் மீதி இருக்கும் என்பதையும் அக்குழந்தைக்குக் கற்றுக் கொடுக்க வேண்டும். வேறு வகையில் சொல்வதென்றால், பத்துக்கு மேல் அறியத் தொடங்குமுன் ஒரு குழந்தை கூட்டல், கழித்தல் கணக்கையும் பத்துக்குக் கீழுள்ள எண்களைப் பெருக்கவும் வகுக்கவும் தெரிந்திருக்க வேண்டும்.

தகுபின்னங்களுக்கான ஆரம்பகட்ட வேலை இதேமுறையில்தான் கற்பிக்கப்படுகிறது. அருகாமையிலுள்ள வேலியிலிருந்து குழந்தைகள் சில பச்சைக் காய்களைச் சேகரிப்பார்கள். அக்காய்கள் ஒவ்வொன்றையும் பாதியாக வெட்டி வைப்பார்கள். கரும்பலகையில் ஆசிரியர் அரை என்பதற்கும் இரண்டு அரை என்பதற்குமான அடையாளங்களை எழுதிவிட்டு ஏற்கெனவே வெட்டிவைத்துள்ள இரு அரை காய்த்துண்டுகளைக் காட்டி இரண்டு அரை சேர்ந்தால் ஒன்று ஆகும் என்பதை முழுக்காயைக் காட்டி விளக்குவார். சம மதிப்புள்ள மூன்று வகையிலான தகு பின்னங்களைக் கொண்டு ஒரு குழந்தை கணக்குகளைக் கீழ்க்காணும் வகையில் எழுதித் தன்னுடயை தவறான முறையைக் கண்டுகொள்ள ஆசிரியர் உதவுகிறார்.

1/2 + 1/2 + 1/2	பழம்	= 3/2 பழங்கள் = 1 ½ பழங்கள்
1/2 +1/2 + 1/2 +1/2	பழம்	= 4/2 பழங்கள் = 2 பழங்கள்
1/2 +1/2	பழம்	= 2/2 பழங்கள் = 1 பழம்
9/2	பழங்கள்	= 9/2 பழங்கள் = 4 1/2 பழங்கள்

மாணவர்கள் தங்களுடைய கல்வியில் முன்னேறுகையில் முழு எண்ணின் ஏனைய தகு பின்னங்கள் (எ.கா. 1/4 , 1/3) கற்பிக்கப்படும். ஆனால், தகுபின்னங்களைக் காட்டும் பொருட்களைக் காட்டியே அவை கற்பிக்கப்படும்.

எமது பள்ளிகளில் பயிலும் மாணவர்களில் பெரும்பாலானோர் வேலைக்காரர்களாகப் போகவிருப்பதால் அவர்களுக்குக் கணக்கு வைப்பதில் கொஞ்சம் அறிவு தேவைப்படும். எனவே, எமது பள்ளிகளில் அனைத்துவகை அளவு கோல்கள், தராசு, எடைக்கற்கள், தகரத்தைப் பயன்படுத்திச் செய்யப்பட்ட நாணயங்கள் அனைத்துமே இருக்கும். தண்ணீர் அல்லது மணலைப் பயன்படுத்தி மாணவர்களே எடைகளையும் அளவுகளையும் கண்டுபிடித்து அவற்றின் தகுபின்ன அளவுகளை ஒப்பிட்டுப் பார்த்துக்கொள்வார்கள். நாணயங்களைச் சேர்த்துச் சில்லறை மாற்றுவதற்கும் அவர்கள் பயிற்றுவிக்கப்படுகிறார்கள்.

சந்தைப் பாடங்களும் நடத்தப்படுகின்றன. சீனிக்குப் பதிலாக மணலும் அரிசிக்குப் பதிலாகப் பெருமணலும் காய்கறிளுக்குப் பதிலாகக் காட்டுக் காய்களும் பயன்படுத்தப்படும். வாங்க வேண்டிய பொருட்களின் பட்டியலையும் ஒவ்வொரு பொருளின் விலையையும் ஆசிரியர் கரும்பலகையில் எழுதுவார். மாணவர்கள் இப்பட்டியலைத் தங்களது சிலேட்டுப் பலகையில் எழுதி மொத்தத் தொகையைக் கண்டுபிடிப்பார்கள். விலையைக் கொடுப்பதற்காக ஒன்றிரண்டு ரூபாய் கொடுக்கப்பட்டிருந்தால் அவர்கள் திருப்பிக் கொடுக்கும் சில்லரையையும் மாணவர்கள் கணக்கிடுவார்கள். பின்னர் இரண்டு மாணவர்கள் தேர்ந்தெடுக்கப்படுவார்கள். ஒருவர் கடைக்காரராகவும் மற்றவர் பொருட்களை வாங்குபவராகவும் இருப்பார். வகுப்பில் உள்ள ஏனையோர் பொருள் பட்டியலில் உள்ள ஒவ்வொரு பொருளின் பெயரும் சொல்லப்பட்டவுடன் அப்பொருள் அவர்கள் முன்னேயே அளவிடப்படுவதையும் எடை போடப்படுவதையும் ஆர்வத்துடன் பார்த்துக்கொண்டிருப்பார். வாடிக்கையாளர் ஒரு ரூபாய் அல்லது இரண்டு ரூபாயைக் கடைக்காரரிடம் கொடுப்பார். கடைக்காரர் மீதிச் சில்லரையை வாடிக்கையாளரிடம் கொடுப்பார்.

மழலையர் வகுப்பில் எண்ணிக்கை வேலையைத் தொடங்கும் செயல்முறையைத் தெளிவாக விளக்குவதற்காக ‘**எண்ணிக்கை வேலையைத் தொடங்குதல் ஆசிரியருக்கான நூல்**’ (Beginning Number Work) எனும் தலைப்பில் நான் ஒரு சிறு நூலைத் தயாரித்துள்ளேன். ஐந்து எனும் எண் வரையிலும் சந்தைப் பாடங்களை இடையிடையே நடத்தி இப்பாடத்தைத் தெளிவாகத் திரும்பத் திரும்ப நடத்தினால் இதே

கற்பித்தல் முறையைத் தாங்களே பயன்படுத்தி ஐந்துக்கு மேற்பட்ட எண்களைப் பயன்படுத்துவதோடு பாடத்தின் மற்ற பிரிவுகளையும் கற்றுக்கொள்ள இப்பாடத்தின் தத்துவத்தைப் பயன்படுத்தும் முறையைத் தெளிவாக அறிந்து கொள்வார்கள்.

மனக்கண்ணால் காணும் (visualizing) பாடங்களும் எமது பஞ்சமர் பள்ளிகளில் உள்ள ஒவ்வொரு வகுப்பிலும் இடம்பெறுகின்றன. சிலேட்டுப் பலகைகளை மாணவர்கள் ஆயத்தமாக்கித் தங்கள் முன் தரையில் வைப்பார்கள். மாணவர்கள் பின்புறமாகத் திரும்பி நிற்கையில் ஆசிரியர் கரும்பலகையில் மூன்று அல்லது ஐந்து அல்லது ஏழு வார்த்தைகளை எழுதி அல்லது படங்களை வரைந்திடுவார். ஒரு அடையாளம் காட்டப்பட்ட உடனே மாணவர்கள் திரும்புவார்கள். கரும்பலகையில் உள்ளவற்றை ஒரு முறை படிப்பதற்குத் தேவையான நேரம் அனுமதிக்கப்படும். உடனே அவையாவும் அழிக்கப்பட்டு மாணவர்கள் சிலேட்டுப் பலகையை எடுத்து அதில் தாங்கள் நினைவில் பதிந்துள்ளவற்றை எழுதுவார்கள். வேறொரு வகையிலும் இதே பயிற்சி கொடுக்கப்படுகிறது. வகுப்பிலுள்ள மாணவர்களின் கண்ணுக்கெட்டாத இடத்தில் தரையில் சில பொருட்கள் வைக்கப்பட்டிருக்கும். மாணவர்கள் அப்பொருட்களை வேகமாகக் கடந்து செல்ல வேண்டும். பின்னர் தங்கள் தங்கள் இடத்திற்குச் சென்று சிலேட்டுப் பலகையை எடுத்துத் தாங்கள் நினைவுகூருகிற பொருட்களின் பெயர்களை எழுத வேண்டும்.

ஒவ்வொரு பள்ளி வளாகத்திலும் மாணவர்கள் ஒரு மலைத்தொடரின் மாதிரியைச் செய்து வைப்பதெப்படி என்பது அவர்களுக்குக் காண்பிக்கப்படும். அம்மாதிரி அங்கேயே நிரந்தரமாக இருக்கும் வகையில் அமைக்கப்படும். ஈரமான மணலில் தேசப்படத்தை அவர்கள் வரைந்து மலைகள், ஆறுகள் போன்றவற்றை உருவாக்குவார்கள். சில வகுப்பிலுள்ளவர்கள் தூய தோமையார் மலை, கடல், அடையாறு நதி போன்ற இடங்களுக்குச் சென்று ஆற்று நீரோட்டம், தீவுகள் அமையும் விதம் போன்ற அம்சங்களைக் கண்டுள்ளார்கள். மழலையர் வகுப்பினர் உள்ளிட்ட அனைத்து மாணவர்களுமே ஒரு முறையாவது பொருட்காட்சி, விலங்கியல் பூங்கா, தாவரப் பூங்கா, மூர் மார்க்கெட், தொடர்வண்டி நிலையங்கள், செயிண்ட் ஜார்ஜ் கோட்டை மற்றும் வழிநெடுகிலுமுள்ள முக்கியமான பொதுக் கட்டடங்களையும் சிலைகளையும் பார்த்திருக்கிறார்கள்.

மேலே குறிப்பிடப்பட்டவை எமது பள்ளிகளில் நடைபெறும் பணி பற்றிய கருத்தில் ஒரு சில பகுதியையாவது காட்டும். ஒரு காரியத்தைப் பற்றி எதுவுமே சொல்லப்படவில்லை. என்னுடைய

அனுபவத்தைப் பொறுத்தமட்டிலும் சில இடங்களில் ஜெர்மனியிலும் மற்றும் அமெரிக்காவிலும் மட்டுமே வரையறுக்கப்பட்ட காலவரம்பில் இளைஞர்கள் பயிற்சி பெற்று ஆசிரியர்களான பின்னரும் அவர்களுக்குக் கூடுதலான பயிற்சியளிக்கப்டுகிறது. சென்னையிலோ அங்கீகரிக்கப்பட்ட ஒரு ஆசிரியர் பயிற்சிப் பள்ளியிலோ ஓராண்டு காலம் மட்டுமே பயிற்சி பெற்றுச் சான்றிதழை இளைஞர்கள் பெறுகிறார்கள். அச்சான்றிதழ் அவர்களை வாழ்நாள் முழுவதும் கற்பிக்கத் தகுதி உள்ளவர்களாக அங்கீகரிக்கிறது. இம்முறை இந்தியாவில் வழக்கிலிருக்கும் கல்விமுறைகளின் மிகப் பெரியதொரு பலவீனத்தைக் குறிப்பிடுவதாக எனக்குத் தோன்றுகிறது. இளைஞர்கள் மிக இளம் பருவத்திலேயே பிடிக்கப்பட்டு மேலேழுந்தவாரியாக ஓராண்டு காலம் கொடுக்கப்படும் பயிற்சியின் மூலம் சீரமைக்கப்பட்டு ஒரு நற்சான்றிதழ் கொடுக்கப்படுகிறார்கள். பின்னர் மறக்கப்பட்டு விடுகிறார்கள்.

உண்மையில் தேவையான நிதியைத் திரட்டுவதில் உள்ள பெரும் சிரமங்களை ஒப்புக்கொள்கிறேன். தங்கள் மனதில் கல்விக்கு நீங்காத இடத்தைக் கொடுத்துள்ள உண்மையான கல்வியாளர்கள் சிலருக்கு உதவி செய்திடுவார் எவருமே இந்தியாவின் பல்வேறு பகுதிகளில் இல்லை என்பதையும் நான் ஒப்புக்கொள்கிறேன். கடந்த காலத்தில் செய்ய முடிந்தவற்றை விமர்சிக்கும் எண்ணம் எதுவும் எனக்கு இல்லை எனினும் நான் ஆசிரியர்களின் பயிற்சியை விரிவுபடுத்திட வேண்டுவதன் தேவையை நாம் கவனத்தில் கொள்ள வேண்டுகிறேன்.

பயிற்சி பெற்றிருப்பவர்களின் கல்வித்திறனை விரிவுப்படுத்தும் நோக்கத்துடன் கல்வித்துறை ஒவ்வொரு அரசினர் ஆசிரியர் பயிற்சிப் பள்ளியுடன் தொடர்புள்ள ஆசிரியருக்கும் பயனுள்ளதும் திறம்பெற்றதுமான விடுமுறைக்கால வகுப்புகளை (vacation classes) ஏற்பாடு செய்ய வேண்டும். இவ்வகுப்புகள் ஒரு பாடப்பொருளின் மீதான ‘உரைகள்’ வழங்கப்படும் விதத்தில் அமையவே கூடாது. தங்களுக்குக் கிடைக்கும் ஒரு குறுகிய வார காலத்தில் அதுபோன்ற கல்வி முறையே பயன்தராது. அத்தகைய பயிற்சி ஆசிரியர்களின் கற்றல் முறைகள் பற்றிய செயல்முறைப் பயிற்சிகள் நிறைந்ததாக மட்டுமே இருக்க வேண்டும். ஆசிரியர்களே இடம்பெறும் மாதிரி வகுப்புகள் நடத்தப்படலாம். முடியுமானால் மாணவர்களும் அவ்வகுப்புகளில் கலந்துகொள்ளலாம். விடுமுறைக்கால வகுப்புகள் அவ்விடுமுறைக்கு முந்தின பருவத்தில் ஆசிரியர் பயிற்சிப் பள்ளியில் நடந்தேறிய செய்முறைகள் அனைத்தின் ஒட்டு மொத்தப் பயனை வெளிக்காட்டும் வகையில் அமைய வேண்டும்.

விடுமுறைக்காலப் பயிற்சியில் பங்குபெற்றதற்கும் அப்பயிற்சியில் காட்டிய ஆர்வம், திறமை பற்றியும் வழங்கப்படும் சான்றிதழ் (certificate of attendance and of interest and efficiency) ஆசிரியர்களின் முதனிலைப் பயிற்சிச் சான்றிதழ்களுடன் இணைக்கப்பட வேண்டும். ஒவ்வொரு ஆண்டும் விடுமுறைக் காலங்களில் ஆசிரியர்கள் இப்பயிற்சிகளுக்காகச் செலவிட்ட கால அளவு (Time service Certificate) அவர்களுக்கு மதிப்பு மிக்கதாயும் உபகாரச் சம்பளம் எதுவுமில்லை எனினும் பொறுப்புணர்ச்சியுடன் நடத்தப்படுகிற அனைத்துப் பள்ளிகளின் மேலாளர்களாலும் அங்கீகரிக்கப்பட்ட விடுமுறைக்கால வகுப்புகளில் பெற்ற சான்றிதழ்கள் இணைக்கப்படாத பணிக்காலச் சான்றிதழ்கள் எந்தவொரு பள்ளியிலும் ஆசிரியராகப் பணியாற்றுவதற்குரிய தகுதிச் சான்றாக அங்கீகரிக்கப்படாது என்று நான் நம்புகிறேன்.

அரசு பயிற்சிப் பள்ளிகளில் ஆசிரியர்களுக்கென்று நடத்தப்படும் திறன்சார்ந்த பயற்சி வகுப்புகள் இந்தியாவின் பெரும்பாலான பகுதிகளில் வெகுவிரைவில் நடத்தப்படாமல் மிகப் பிந்தியதொரு காலகட்டத்தில் நடக்கும் பயிற்சியாகவே அமைந்துவிடுமோ என்று நான் அஞ்சுகிறேன். இடைப்பட்ட காலத்தில் தற்போது செயல்படுத்தப்பட்டு வரும் பயிற்சி நிர்வாகிகளாலேயே செயல்படுத்தப்பட வேண்டும்.

ஓராண்டுக்காலம் முழுவதும் வாரத்தில் அரை நாள் கூடி ஆசிரியர்களுக்கான பயற்சி வகுப்பை நடத்துகிறோம். குறிப்பாக எமது ஆசிரியர்களுக்காவே இப்பயிற்சி நடத்தப்பட்டாலும் கற்பிப்பதில் புதிய முறைகளைக் கற்றுக்கொள்ளும் ஆர்வத்துடன் இவ்வகுப்பில் வேறு பள்ளிகளின் ஆசிரியர்களும் கலந்துகொள்ள விரும்பும்போது நாங்கள் முடிந்த அளவில் அவர்களையும் சேர்த்துக்கொள்வதில் மகிழ்ச்சியடைகிறோம்.

ஆண்டுக்கு ஒருமுறை ஆசிரியர்கள் கருத்தரங்கு நடத்திடத் திட்டமிட்டுள்ளோம். இரண்டாண்டுகளுக்கு முன்னர் வெற்றிகரமாகத் தொடங்கப்பட்ட இக்கருத்தரங்கில் மாதிரி வகுப்புகளில் கடந்த ஓராண்டில் பெற்ற பயிற்சியின் பலன்கள் விவரிக்கப்படுவதுடன் திறனாய்வும் கலந்துரையாடலும் வரும் ஆண்டில் செய்யத்தக்க சீரமைப்புகளுக்கான ஆலோசனைகளும் வெளிக்கொணரும் வகையில் அமைந்திருக்கும்.

உண்மையான மழலையர் கல்விப்பணியில் தனித்தன்மை வாய்ந்த கல்விப்பணி தேவைப்படுகிறது. மேலைநாடுகளில் மழலையர் பள்ளி ஆசிரியர்கள், மழலையர் கல்லூரிகளில் இரண்டு முதல் பத்தாண்டுகள்

வரையிலான பயிற்சி பெற்றிட வேண்டுமென்று எதிர்பார்க்கப்படுகிறது. எமது கருத்தரங்கில் விளக்கிக் காட்டப்பட்ட மழலையர் கல்விப்பணி வெகு அண்மைக்காலத்தில் மேலை நாட்டவரின் வழிமுறைளைப் பின்பற்றி நடைபெற்ற சிறப்புப் பயிற்சியைத் தொடங்கியுள்ள எமது ஆசிரியர்களால் இவ்வாண்டின் கருத்தரங்கில் விளக்கிக் காட்டப்பட்டது. எனவே, அவர்கள் செய்து காட்டியவையாவும் அவர்கள் எட்டிப் பிடித்துள்ள பெரும் சாதனைகளை வெளிப்படுத்தும் வகையில் அமையாமல் தாங்கள் பணியாற்றத் தொடங்கியுள்ள வழிமுறைகளை ஒட்டியவையாகவே அமைந்திருந்தன.

மழலையர் கல்வியுங்கூட மாணவர்களின் எளிமை, வறுமை போன்ற உள்ளூர்ப் பிரச்சினைகளுக்கு ஏற்ற வகையில் அமைக்கப்பட்டுள்ளது. குழந்தைகளின் ஆர்வத்தைத் தூண்டுவதும் அதிகப் புத்திசாலித்தனத்துடனும் ஒழுங்கமைவுடனும் சேர்த்து விளையாடக் கற்றுக் கொடுப்பதன் மூலம் உயர் வகுப்புகளில் தங்களுடைய பணியைச் சிறப்பாகச் செய்திட அவர்களைப் பக்குவப்படுத்துவதுமே எமது முக்கிய முயற்சியாக அமைந்துள்ளது.

பிற்படுத்தப்பட்ட வகுப்பினரின் குழந்தைகளுள் பெரும்பாலானோர் உயர் வகுப்புகளில் ஒரு நிலையை வந்தெட்டியதும் அதற்கு மேல் தங்களுடைய கல்வியைத் தொடர முடியாது. ஆகையால் அவர்கள் கல்வி கற்பதை நிறுத்திவிடுகிறார்கள் என்று கூறப்பட்டுள்ளது. எளிமையாக மனப்பாடம் செய்வதையே முக்கியப்படுத்தும் முறையைப் பின்பற்றுவதை விட்டுவிட்டு மழலையர் கல்விமுறை எனும் அடிப்படைக்கல்வி முறையில் தொடங்கி, தெளிவான இலக்குடன் எளிதில் உணர்த்தும் வழிறைகளுடன் கற்பிக்கப்பட்டு உயர்வகுப்புகளைக் கடக்கக்கூடிய அப்பிரிவு மாணவர்களால், தங்களது கல்வியில் மேலும் உயரும் பழங்கால வழிமுறைகளில் கற்பிக்கப்பட்ட, இயற்கையில் பெரும் வலிமை பெற்றிருக்கும் பிற மாணவர்களுடன் போட்டியிட்டு அவர்களை வெல்ல இயலுமா என்பதைக் கண்டுபிடிப்பது சுவாரஸ்யமாக இருக்கும்.

இந்தியாவிலுள்ள உயர் வகுப்பினருக்கு நீண்ட காலமாகப் பெற்றுவரும் மனப்பயிற்சி பரம்பரை பரம்பரையாகக் கிடைத்துவருகிறது. கீழ்ச்சாதியினருக்கு இத்தகை பயிற்சி இல்லை. நடைமுறை வாழ்க்கைக்குத் தேவையான கல்வி, மிகவும் பிற்படுத்தப்பட்ட மக்களுக்குத் தரப்பட வேண்டுமென்றால் உயர்ஜாதியினருக்கும் கூட தேர்வில் வெற்றி பெறுவதை மட்டும் கருத்திற்கொள்ளாது, அத்தகைய கல்வி அவர்களது நடைமுறை வாழ்வின் வெற்றிக்காக வழங்கப்பட வேண்டும் என்பது சரியாக இருக்கும்.

இந்தியாவில் கல்விக்காக நாங்கள் செய்திட முயலும் பணிக்கு அடிப்படையாக அமைந்திருக்கும் சிந்தனை இதுவேயாகும். எமது பள்ளிகளில் செய்யப்படும் பணி இப்பரந்த சிந்தனையை நடைமுறைப்படுத்தப்படுவதில் சிறிதளவாவது துணை செய்யுமானால் எங்களுடைய பணிக்காக நாங்கள் செலவிட்டுள்ள நேரம், உழைப்பு ஆகியவற்றுக்கான போதிய சன்மானத்தைப் பெற்றதாக உணர்ந்து மகிழ்கிறோம்.

தொடக்கத்தில் வாசகர்களை எச்சரித்தது போலவே, எமது பஞ்சமர் பள்ளிகளில் உண்மையாகவே செய்யப்பட்டுவரும் நடைமுறைக்கேற்ற பரந்துபட்ட பணிபற்றிச் சிறிதளவிலான விளக்கத்தை மட்டுமே என்னால் தர முடிந்தது. இந்தியாவில் கல்விப் பணியில் ஈடுபட்டிருப்போரில் பலரும் எமது பள்ளிகளை முதல்தரமான மாதிரிப் பள்ளிகள் எனச் சிறப்பித்துக் கூறியிருந்த போதிலும் எம்மால் சாதிக்க முடிந்ததை வைத்து அளவிடாமல் இன்னும் எட்டிப் பிடிக்கக் கூடியதை வைத்து எமது சாதனைகளை மதிப்பிடுகையில் நாங்கள் முழுமனநிறைவடைந்திட இன்னும் வெகுதூரம் செல்ல வேண்டுமென்றே நினைக்கிறோம்.

பின்னிணைப்பு 2

OLD
DIARY LEAVES
Third Series 1883-87
Henry S. Olcott

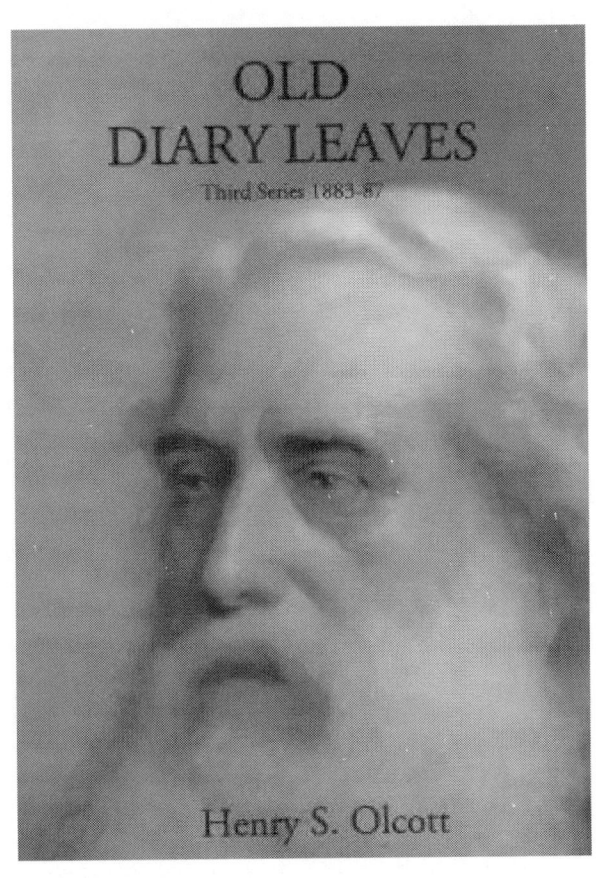

தென்னந்தியப் பறையர்கள்

(1898) ஆல்காட் நாட்குறிப்பிலிருந்து

நான் திரும்பிவந்தபின் மூன்று நாள்கள் கழித்து ஆஸ்திரேலியாவிலுள்ள திரு.கிர்க்பாட்ரிக் (Kirkpatrick) அவருடைய மனைவி மற்றும் மகன் லண்டனுக்குச் செல்லும் வழயில் என்னைச் சந்தித்துச் சில நாள்கள் என்னுடன் தங்கியிருந்தார்கள்.

இலங்கையிலுள்ள பௌத்தர்கள் ஆரம்ப காலம் தொட்டே உண்மையான பௌத்தர்களாகவே இருந்தார்கள் என்பது தெளிவாக நிறுவப்பட்டால் இலங்கையில் எனது மேற்பார்வையிலுள்ள பௌத்தர்களும் இங்குள்ள பௌத்த சமூகத்தவரை நெருங்கிய தொடர்புள்ளவர்களாக்கும் வகையில் தலைமைகுரு சுமங்களாவுடன் அவர்களை இணைக்குமளவுக்குத் தென்னிந்தியப் பறையர்களின் தோற்றம் மற்றும் சமயப் பாரம்பரியம் பற்றிய சிக்கல் அதிமுக்கியமானதாய் இருந்தது. இவ்விளக்கக் கட்டுரையில் குறிப்பிடப்பட்டுள்ள திரு.அயோத்திதாஸ் எனும் மருத்துவரும் முதன் முதலாக நான் நடத்திய பறையர் பள்ளியில் ஆசிரியராய்ச் செயல்பட்ட திரு.பி.கிருஷ்ணசுவாமியும் கொழும்பில் தங்களுடைய பிரதிநிதிகளாகச் செயல்படுமாறு பறையர் சமூகத்தால் தெரிந்தெழுக்கப்பட்டு இருந்தவர்ளுடன் நான் ஜுலை முதல் நாளில் சென்னையிலிருந்து கொழும்பு நகர் செல்லப் புறப்பட்டேன். தூத்துக்குடி வழியாகப் புறப்பட்டுச் சென்று ஜுலை 2ஆம் நாளில் அங்கு சென்றடைந்தோம். பிரதிநிதிகளைத் தலைமைகுழுவின்

முன் நிறுத்தினேன். அவர்களைக் கண்டு பெருமகிழ்வுகொண்ட தலைமைகுரு அதே நாளின் மாலைப் பொழுதில் நடைபெற்ற மாபெரும் பொதுக் கூட்டத்தில் அவர்களை அறிமுகப்படுத்தினார். அங்கு கூடியிருந்தவர்கள் பிரதிநிதிகள் மற்றும் தலைமை உரைகளைக் கேட்டு மிகவும் வியப்புற்றார்கள். தலைமை குருவின் கருத்துகள் கண்ணியமாகவும் உயரியதன்மையுடையதாகவும் அமைந்திருந்தன. அவர் தமது உரையில் இந்தியாவில் நிலவும் சாதிமுறையின் காரணமாக மிகக் கீழ்தரமன சமூக மட்டத்திற்கு தள்ளப்பட்டிருந்த போதிலும் பௌத்தர்களாக மாறிய அந்நேரத்திலேயே துணிகரமாகத் தன்னிச்சையாய் ஏற்பட்டுள்ள சமூக வரையறைகள் அவர்களுடைய தோள்களிலிருந்து முற்றுமாகக் களையப்பட்டுள்ளதை அவர்கள் நினைவில் கொள்ள வேண்டுமெனத் தலைமை குரு அவர்முன் நின்ற பிரதிநிதிகளிடம் சொன்னார். அவர்கள் சுயாதீனமான மனிதர்களாக மாறிவிட்டதையும் சுயமரியாதை உடையவர்களாய் வாழும் தகுதியைப் பெற்றுள்ளதையும் தங்களுக்கேற்பட்டுள்ள புதிய தகுதியைக் குறைக்கத்தக்கச் செயல் எதையும் செய்யலாகாதென்று ஒவ்வொரு பௌத்தரும் செயல்பட வேண்டுமென்று எதிர்பார்க்கப்படுகிறதென்பதையும் தெளிவுபடக் கூறினார். அப்பிரதிநிதிகளின் ஆதரவாளர் என்று என்னைக் கருதி அவர்களுக்குப் பஞ்சசீலத்தைக் கூடியிருந்தோர் அனைவரையும் கவர்ந்திடும் வகையில் அவர்களுக்கு அளித்தார். கூடியிருந்தோர் அனைவரும் பஞ்சசீலத்தின் ஒவ்வொரு சொல்லும் உச்சரிக்கப்பட்டதை மிகக் கவனத்துடன் கேட்டார்கள். கடைசியில் ஐந்தாவது கொள்கை சொல்லி முடிந்ததும் தாங்கள் அடக்கிவைத்திருந்த பெருமகிழ்ச்சியை வெளிப்படுத்தும் வகையில் சாது! சாது! என்று உரத்த குரலில் சொன்னார்கள். சிங்களர் எதைக் கண்டாலும் வெகுவாக உணர்ச்சி வசப்படக்கூடியவர்கள். இவ்விரு கறுப்பு நிற மனிதர்களும் 50 இலட்சம் மனிதர்களடங்கிய சாதியமுறைக்குப் புறம்பேயுள்ள இந்தியச் சமுதாயத்தின் பிரதிநிதிகள் என்பதையும் அவர்கள் பேரரசர் அசோகரின் காலந்தொட்டே பௌத்தர்களாய் வாழுபவர்களின் தலைமுறையினரென்றும் இந்து மதத்திற்கு மாறும்படி கட்டாயப்படுத்தி ஈவிரக்கமின்றிக் கொடுமைப்படுத்தப்பட்டுச் சித்திரவதை செய்யப்பட்டதையும் அறிந்து கொண்டார்கள். முன்னொரு காலத்தில் சுதந்திரமாக வாழ்ந்த இனப் பெரும்பான்மை பலங்கொண்டவர்களுக்குப் பணிந்து இழிவு நிலைக்கும் அடிமைத்தனத்திற்கும் தள்ளப்பட்டதையும் அறிந்துகொண்டார்கள். தற்போது இப்பிரதிநிதிகளும் பறையர்களின் இணைத்தலைவர்களும் சிங்களப் பௌத்தர்களின் துணை கொண்டு தங்களது சமயத்தை மீண்டும் புதுப்பிக்க ஆலயங்களைக் கட்டி,

தங்களுடைய ஆன்மீகப் பொறுப்பை ஏற்றுக்கொள்ளக்கூடிய பிக்குகளின் பராமரிப்புக்காகத் துறவியர் மடங்களை நிறுவமுடியும் என்னும் நம்பிக்கையைக் கொண்டிருந்ததால் கூட்டத்தில் வெளிப்படுத்தப்பட்ட ஆர்வம் எவருக்குமே வியப்பைத் தரவில்லை.

மறுநாளில் தகுந்த பாதுகாப்புடன் பிரதிநிதிகளைக் கேளானி ஆலயத்துக்கு (Kelani Temple) அனுப்பிவிட்டு நான் நகரைச் சுற்றிப் பார்த்து திருமதி ஹிக்கின்சை (Mrs.Higgins) யும் கனவாரோ அம்மையாரையும் (Madame Canavarro) சந்தித்து அளவளாவினேன். தர்மபாலாவுடன் சேர்ந்து அவருடைய இராஜகிரி மலைத்தோட்டத்தைப் பார்வையிட்டேன். அவ்விடத்தில் ஒரு பௌத்தக் கல்லூரியை நிறுவுவதற்கு அவர் எடுத்த முயற்சி தோல்வியுற்றிருந்தது. எங்களுடைய நண்பருக்குப் பட்டம் பறக்கவிடுவதில் ஆர்வமிருந்தது. பட்டத்தின் நூல் அடிக்கடி அறுந்துபோகும். பட்டம் பறந்து கண்காணாத தொலைவுக்குச் சென்றுவிடும். எனக்கு வயது ஏறிக்கொண்டு போவதையும் நான் பௌத்தர்களின் கரங்களில் ஏராளமான பொறுப்புகளை ஒப்படைத்து இருப்பதாலும் நான் இறையுணர்வு சங்கத்தின் (Theosophical Society) நிர்வாகப் பொறுப்பிலிருந்து ஓய்வு பெற்று இராஜகிரியில் தங்கி எஞ்சிய நாள்களைக் கண்ணியமான ஓய்வுக் காலமாக்கிக் கொள்ள வேண்டும் என்னும் அவரது கோரிக்கை பரிதாபமாகத் தோல்வியடைந்த பிறகும் அவரால் அத்தீர்மானம் எத்துணை முட்டாள்தனமானது என்று கண்டுணர முடியவில்லை. எங்களது உரையாடலில் எந்த வகையான மழுப்பலும் இல்லாதிருந்தது. நான் எவ்வித ஈடுபாடும் இல்லாமல் ஓய்வுடன் இருக்க வேண்டும் என்று விரும்பினார். அந்த அளவுக்குக் காரண காரியம் பொருந்தாமலும் உணாச்சி வசப்பட்ட முறையிலும் அவரது மூளை வேலை செய்யும்.

இரவில் படுக்கைக்குப் போகுமுன், பறையர்களின் விண்ணப்பத்திற்குத் தலைமை குரு அளிக்க வேண்டிய பதிலின் முன்வரைவினை (Draft) எழுதி வைத்திட திரு.ஜெயதிலகாவுக்குச் சொன்னேன். அடுத்த நாளில் அம் முன்வரைவினைச் சுமங்களாவுடன் சேர்ந்து படித்துக் காட்டி அவருடைய ஒப்புதலைப் பெற்று அதனை அச்சிலேற்றும் ஏற்பாட்டைச் செய்தேன். அன்று மாலையிலேயே அதன் முதல் படிவத்தைப் பார்த்துப் பிழைத்திருத்தம் செய்தேன்.

அதேநாளில் கேப்பிடல் மலைக்கு (Mountain Capital) எம்மை அழைத்துச் செல்வதற்காக திரு.ஹேரி பேன்பரி (Harry Banbery) கண்டியிலிருந்து வந்தடைந்தார். நாங்கள் புதன்கிழமை (ஜூலை 6 ஆம் நாள்) அங்கு சென்றோம். ஏராளமான நண்பர்கள் எமை புகைவண்டி

நிலையத்தில் வரவேற்றார்கள். அவர்களில் ஒருவர் கண்டிப்பகுதி சீமான் திரு.கோபெக்கடுவா (Kobbekaduwa) ஆவார். பிரிட்டிஷாரின் ஆதிக்கத்துக்குட்பட்டதற்கு முந்தின காலகட்டத்தில் ஆட்சி அதிகார வட்டத்தில் பெரும் செல்வாக்குப் பெற்று விளங்கியது. அவரின் குடும்பம், மகாநாயகா மற்றும் அஸ்கொரியாவில் அமைந்திருந்த சிறப்பு வாய்ந்த ஆலயங்களின் தலைமைக் குருக்களும் ரமண்ண நிக்கயாவின் (Ramanna Nikaya) தலைமை குருவுக்கும் வந்தனம் கூறி மரியாதை செய்வற்காகப் பிரதிநிதிகளை நான் அழைத்துச் சென்றேன். அன்று மாலையில் என்னுடன் வந்த பிரதிநிதிகளை வரவேற்பதற்காகக் கண்ணைக்கவரும் மிகப்பெரிய பொதுக்கூட்டம் நடைபெற்றது. கோபெக்கடவ மருத்துவர் அயோத்திதாஸ் மற்றும் சில பிரமுகர்களும் நானும் அக்கூட்டத்தில் உரையாற்றினோம். குறிப்பிடத்தக்க குரு எவரும் மேடையில் இல்லாததால் பஞ்சசீலத்தைக் கூடியிருந்த அவையோருக்கு நானே வழங்கினேன். பௌத்த சமய வழிபாட்டில் இத்தகையச் செயலைத் தங்களுடைய சமயஞ்சார்ந்த நண்பர்களுடன் முதன்முறையாகச் சேர்ந்து காணும் வாய்ப்பு என்னுடன் வந்திருந்த பறையரினப் பிரதிநிதிகளுக்குக் கிடைத்தது.

வியாழனன்று (ஜூலை 7) நாங்கள் கொழும்பு நகருக்குச் சென்றோம். அந்நாளின் மாலைப் பொழுதில் பௌத்த தியோசாபிகல் சொசைட்டியின் தலைமையகத்தில் நடைபெற்ற விருந்தில் பிரதிநிதிகளும் நானும் மகிழ்வுடன் வரவேற்கப்பட்டுக் கண்ணியமாக நடத்தப்பட்டோம். பிற்பகலில் அங்கு நடைபெற்றுக்கொண்டிருந்த ஒரு கூட்டத்தில் நான் கலந்துகொள்ள நேரிட்டது. அக்கூட்டத்தில் தியோசாபிகல் சொசைட்டியின் கொழும்புப் பிரிவின் பெயரிலிருந்து 'தியோசாபிகல்' எனும் சொல்லை நீக்க வேண்டுமென்றும் நமது சொசைட்டியுடன் உள்ள தொடர்பைத் துண்டிக்க வேண்டுமென்று மிக வலுவாகக் கோரப்பட்டது. இக்கோரிக்கையை வலியுறுத்திப் பேசிய இளைஞர் ஒருவர் நம்முடைய சங்கம் (தியோசாபிகல் சொசைட்டி) பௌத்த சமயத்திற்கெதிராக இருப்பதாகவும் இரு அமைப்புகளுக்கும் இடையேயுள்ள தொடர்பு (பௌத்த) சமயத்திற்குத் தீங்கிழைப்பதாகவும் கூறி, அதன் காரணமாகவே தமது எதிர்ப்பைத் தெரிவித்தார். தொடக்கக் காலந்தொட்டே தனது பெயருக்குக் குந்தகம் ஏற்படும் வகையிலும் நம்முடைய சொசைட்டியின் தாக்கம் இலங்கைத் தீவில் பலவீனப்படும் வகையிலும் நடந்த எதிர்ப்புப் போராட்டத்தின் தொடக்கமாகவே கொள்கையில் வைராக்கியமாக இருந்த இவ்விளைஞரின் போராட்டம் இருந்தது. அக்கூட்டத்தின்போது அவரும் அவருடைய சிறிய அனுதாபிகளும் சிங்கள மக்களுடன் தனிப்பட்ட முறையில் நான் கொண்டுள்ள உறவைத்

தடுப்பது தங்களது திட்டமல்லவென்றும் முன்பிருந்தது போலவே நான் அவர்களுடைய தலைவனாக முன்செல்ல வேண்டும் என்று தாங்கள் எதிர்பார்ப்பதாகவும் அவர்கள் கூறினார்கள். அவர்களுடைய தந்திரத்தைத் தோலுரித்துக் காட்டி அவர்களுடைய ஆலோசனையை வெறுப்புடன் மறுத்துப் பேசினேன். அவர்களுடைய தந்திரமான திட்டத்தினுள் புதைந்திருக்கும் கீழ்த்தரமான நன்றி மறக்கும் குணத்தை எடுத்துக்காட்டி, தங்களுடைய கிளையின் பெயரிலிருந்து 'தியொசாபிகல்' எனுஞ் சொல்லை நீக்குவதற்குரிய சுதந்திரம் அவர்களுக்கு உண்டு என்பதைத் தெளிவுபடுத்தியதுடன் அவ்வாறு அவர்கள் செயல்பட்டால் அவர்களுடன் உள்ள தொடர்பை உடனடியாகத் துண்டித்துக்கொள்வேன் என்பதையும் அதன்பிறகு தலைமை ஒரு வழியாகவோ வேறெந்த மார்க்கமாகவோ உதவிகேட்டு அவர்கள் அனுப்பும் முறையீடுகளுக்கு ஒரு போதும் பதிலளிக்கமாட்டேன் என்பதையும் தெளிவுப்படக் கூறினேன். நன்றியுணர்வில்லாத மக்களுக்காக என் நேரத்தை வீணாக்க நான் விரும்பவில்லை. அவ்வேளையில் அக்கோரிக்கை பற்றி எதையும் கேட்டறியவில்லை என்பதைச் சொல்லத் தேவையில்லை.

ஜுலை 8ஆம் நாளில் நாங்கள் வணக்கம் கூறி வழிவிட்டனுப்பப்பட்டு 'கபுர்தலா' (Kapurthala) எனும் பெயர் பொறித்த எந்திரக் கப்பலில் ஏறி தூத்துக்குடிக்குப் புறப்பட்டோம். கடல் மிகுந்த ஆரவாரமாயிருந்தது, பிரதிநிதிகள் சோர்ந்துபோய் இருந்தார்கள். மறுநாள் கரைசேர்ந்தபோது மிகக் களைப்புடன் இருந்தபோதிலும் தங்களது பயணத்தின் வெற்றி குறித்து களிபேருவகை கொண்டவர்களாய்த் திகழ்ந்தார்கள். பத்தாவது நாள் (ஜுலை 10) காலையில் நான் அடையாறு சென்றேன். அங்கே 'sorgho and Imphee' எனும் நூலின் படியைக் கண்டேன். 1857இல் சீனாவிலும் ஆப்பிரிக்காவிலும் உள்ள கரும்புத் தோட்டங்களைப் பற்றி நான் எழுதியிருந்த அந்நூல் ஏழுமுறை பதிப்பிக்கப்பட்டிருந்த போதிலும் எனக்கென்று ஒரு படியை நான் வைத்துக் கொள்ளவில்லை. 'குறிப்புகளும் கேள்விகளும்' (Notes and Queries) எனும் சஞ்சிகையின் பதிப்பாசிரியர் திரு.கௌல்டு (Mr.Gould) தமது அற்புதமான சஞ்சிகையில் அதுபற்றி ஒரு பத்தி எழுதியிருந்தார். அவர் மூலமாகவே எனக்குரிய படியைப் பெற்றுக்கொண்டேன்.

அடுத்துவந்த சில நாட்களில் அயல்நாட்டு நண்பர்களுடன் கடிதத்தொடர்பு கொள்வதிலும் தலையங்கங்களும் கட்டுரைகளும் எழுதியதிலும் ஈடுபட்டதால் எனது வேலைப்பளு அதிகமாகவே இருந்தது. கண்டி நகரப் பொதுமக்கள் எங்களுடைய வருகையை முன்னிட்டு பெரிதும் எழுச்சி கொண்டிருப்பதாகவும் அதன் விளைவாகத் தாம்

முதல்வராகப் பொறுப்பு வகிக்கும் பௌத்த உயர்நிலைப் பள்ளிக்கு ஏராளமான புதிய மாணவர்கள் கிடைத்துள்ளனர் என்றும் குறிப்பிட்டு பம்பாயிலிருந்து எழுதியிருந்த கடிதம் 14 ஆம் தேதி எனக்குக் கிடைத்தது.

வெகு அருமையாகத் தீட்டப்பட்ட திட்டத்தின்படி எனது ஒப்புதலின்றித் தொடங்கப்பட்டிருந்த 'ஆல்காட் ஓய்வூதிய நிதி' (Olcott Pension Fund) சிறிதளவே கிட்டும் வட்டியுடன் வங்கியில் இருந்தது. பஞ்சமர் பள்ளியைத் தொடர்ந்து நடத்துவதற்குப் பயன்படுத்தப்பட்டால் அந்நிதி நல்ல பயனைத்தரும் என்று நான் எண்ணியதால் 'ஆல்காட் இலவசப்பள்ளி'யின் கணக்கிற்கு அந்நிதியை மாற்றி பள்ளியின் பராமரிப்புக்கான வைப்புநிதியாகக் கொள்ளலாம் எனும் கருத்தை விளக்கி ஜூலை 16இல் பொது அறிவிப்பைத் தயாரித்தேன்.

திருமதி எட்கர் (Miss Edger) தென்னிந்தியாவில் சுற்றுப்பயணம் செய்ய வேண்டுமெனத் தீர்மானிக்கப்பட்டிருந்ததால் நான் வீட்டிலிருந்து வெளியேறி ஜூலை 19ஆம் நாளில் கோயமுத்தூர் சென்றடைந்து பணியைத் தொடங்கினேன். ஒரு குழு என்னைப் போத்தனூர் சந்திப்பில் சந்தித்து திருமதி எட்கரின் சிறப்பு வாய்ந்த வருகைக்கேற்ற வகையில் (சுற்றுப்பயணத்துக்கேற்ற) வசதியானதொரு வீட்டில் நான் தங்குவதற்கு ஏற்பாடு செய்திருந்தார்கள். பிற்பகல் 3.30 மணியளவில் பம்பாயைச் சேர்ந்த பார்ஸி சமயஞ்சார்ந்த நண்பர் திரு.பாண்டே மற்றும் தென்னிந்தியாவிலுள்ள நமது கிளைகளின் ஆய்வாளரான திரு.கே.நாராயணசுவாமி அய்யருடன் செல்வி எட்கர் ஊட்டியிலிருந்து வந்து சேர்ந்தார். பின்னர் மாலைப் பொழுதில் கோயமுத்தூர் கல்லூரி மண்டபத்தில் அம்மையாருக்குச் சிறப்பான வரவேற்பு கொடுக்கப்பட்டது. இந்து மரபுப்படி மாலை அணிவிக்கப்பட்டது. 'தியோசாபி உலகுக்கு உதவுமா?' எனும் பொருள் பற்றி அன்று மாலை அம்மையார் பொதுக்கூட்டத்தில் உரையாற்றினார்கள். அவ்வுரை தாம் தமது வாழ்நாளில் முதன் முதலாக ஆற்றிய உரை. அடுத்த நாளில் நடைபெற்ற EST கூட்டத்தில் பிற்பகல் 2 மணி முதல் 5 மணி வரையிலும் வேறொரு உரையாடல் நடந்தது. அன்று மாலை 'மனிதனிலும் இயற்கையிலும் உறைந்திருக்கும் கடவுள்' எனும் தலைப்பில் உரையாற்றினார்கள்.

மறுநாள் காலை 10:00 மணிக்கு முன்பே மற்றுமொரு EST கூட்டமும் உரையாடலும் நடந்தன. பிற்பகல் 2:00 மணியளவில் பேரூரில் அமைந்துள்ள ஆலயத்தைக் காணவும் ஒரே கல்லில் செதுக்கப்பட்ட தூண்கள் பலவற்றைக் காணவும் அழைத்துச் சென்றேன். அத்தூண்களில் மிகப்பெரிய அளவில் இந்தியத் தெய்வங்கள் செதுக்கப்பட்டிருந்தன. அவற்றையொத்த சிற்பங்களின் அழகிய எடுத்துக்காட்டுகள் மதுரையிலும்

தென்னிந்தியாவிலுள்ள ஏனைய முதன்மையான ஆலயங்களிலும் காணலாம். இப்போது அடையாறில் உள்ள பிரமாண்டமான மண்டபங்கள் அதே பாணியல் அமைந்தவையே.

அந்த இராக்காலத்தில் இந்தியாவில் பயணம் செய்வது ஏற்றுக்கொள்ள முடியாத அம்சங்கள் நிறைந்தவையென்பதைச் செல்வி எட்கர் கண்டுகொண்டார். ஏனென்றால் அம்மையாரின் ஆஸ்திரேலிய உடலைத் துன்புறுத்தும் ஒரு விதமான பூச்சி நாங்கள் தங்கியிருந்த வீட்டில் நிறைந்திருந்தன. அந்த அனுபவம் அம்மையாருக்குப் பெரும் அதிருப்தியைக் கொடுத்தது. எனினும் எதிர்கொள்ளும் எக்காரியத்தையும் தைரியமாக ஏற்றுக்கொண்டு தனது சுற்றுப் பயணத்தின் முக்கிய நோக்கத்தை மனதில் கொண்டிருந்ததால் இதுபோன்ற வெறுக்கத்தக்க அம்சங்களைக் கொஞ்சமேனும் நினைவில் கொள்ளவில்லை.

மறுநாள் காலை 7:27 மணிக்கு நாங்கள் பாலக்காட்டுக்குப் பயணமானோம். மேற்குப் பகுதியில் நாங்கள் செல்லவிருந்த இடம் அதுவே. அங்கு எங்களை இனிய முறையில் வரவேற்று மிக அழகிய விடுதியில் தங்கவைத்தார்கள். பிற்பகலில் செல்வி எட்கர் ஒரு கலந்துரையாடலில் கலந்துகொண்டார். மாலை 4:30 மணிக்கு நிறைந்த அரங்கில் கூடியிருந்த மக்களுக்கு ‘கொள்கையளவிலும் நடைமுறையிலும் தியோசாபி’ எனும் தலைப்பில் உரையாற்றினார்.

பாலக்காடு இந்தியாவின் மேற்குக் கடற்கரையோரத்தில் தென்திசையிலிருந்த நீண்ட கணவாய்களுக்கும் கடலுக்குமிடையே அமைந்திருந்தது. இந்தியாவின் ஏனைய பகுதிகளைக் காட்டிலும் அதிக வெப்பமான பகுதியாயிருந்தது. மேற்கிந்திய மலைத்தொடர் அந்நகருக்குப் பாதுகாப்பு தரும் வேலிபோலிருந்தது. ஈரப்பதமுள்ள கடற்காற்று பயிர்வகைகள் மிகச் செழித்து வளரக் காணரமாகவிருந்ததால் அது கடலால் சூழப்பட்ட இலங்கைத் தீவின் ஒரு பகுதிபோன்று காட்சியளித்தது. அப்பகுதியில் வாழ்பவர்கள் இந்தியாவின் பிற பகுதிகளில் உள்ளவர்களின் பரபரப்பான வாழ்க்கையில் பங்கு பெறாமல் தமது பண்டையகாலப் பழக்க வழக்கங்களையும் நம்பிக்கைகளையும் வினோதமான வைராக்கியத்துடன் கடைப்பிடித்துக் காத்து வருகிறார்கள். அங்கு வழக்கிலிருக்கும் நாடோடிக் கதை மனிதருள் அடங்கிக் கிடக்கும் கண்ணால் காணமுடியாத சக்திகளின் குறுக்கீடுகள் பற்றி மிக அதிகமாகக் குறிப்பிடுகிறது. மந்திரவாதிகள் நிரம்பவே உள்ளனர். மந்திவாதி தனது இயல்பான உடலை ஓநாயின் உடலாகவோ வேறெந்த வனவிலங்கின் உடலாகவோ மாற்றும் கொடூரமான செயல்கள் மலிந்து கிடக்கின்றனவென்று கூறப்படுகிறது. டி ஆஸிர் (D Assier’s) என்பரின்

'L 'Humanite Posthum' எனும் நூலை நான் மொழிபெயர்த்திருந்தேன். அந்நூலைப் படிப்பவர் இந்தியாவிலுள்ள நிருபர்களுக்கு நான் அனுப்பியிருந்த கேள்விப் பட்டியலுக்கு அவர்கள் அளித்துள்ள பதில்களில் இத்தகைய வியப்புக்குரிய நிகழ்வுகளைப் பற்றி மேற்குக் கடற்கரையில் வாழுவோரின் கருத்துகளைக் கண்டுணரலாம். மிகப் பழமையான வரலாற்றுக் காலங்களிலும் வரலாற்றுக்கு முற்பட்ட காலங்களிலும் அரேபியா, எகிப்து, வெனிஸ் ஆகிய பகுதிகளைச் சேர்ந்த தீரமிக்க வாணிபர்கள் வாணிபம் செய்து பெருஞ்செல்வந்தர்களாகியதெல்லம் மேற்குக் கடற்கரைப் பகுதிகளில் அவர்கள் செய்த வாணிபத்தின் மூலமே என்பதை அறிக. கொச்சி நாட்டு அரசின் தலைநகரமாகிய கொச்சிக்குத் தான் போர்த்துக்கீசியக் கப்பல் படைத்தளபதியாகிய ஆல்புகெர்க் (Albuquerque) என்பவர் 1503 ஆம் ஆண்டில் வந்தார். அவர் அங்கு பெரியதொரு கோட்டை நிறுவி முதல் ஐரோப்யிக் குடியேற்றப் பகுதியை (காலனி) அமைத்தார். அக்காலனியில் குடியேறிய ரோமக் கத்தோலிக்கப் பாதிரியார்கள் தாம் தங்களுடன் மிகப்பெரும் சீரழிவுகளையும் புகுத்தினார்கள். தனித்தியங்கும் வலிமை கொண்டிருந்த அரசின் வீழ்ச்சி அத்துடன் முற்றுப் பெற்றது. போர்த்துக்கீசியர் வருகைக்குப் பிறகு 1663ஆம் ஆண்டு ஜனவரி மாதம் 6ஆம் நாளில் வந்தடைந்த டச்சுக்காரர்கள் கோட்டையைப் பலப்படுத்திடத் தேவையான துரித நடவடிக்கைகளை எடுத்ததுடன் ஆம்ஸ்டர்டாம், ராட்டாட்டாம் ஆகிய நகரங்களில் உள்ள வியாரிகளைச் செழிக்க வைப்பதற்கு அடிப்படையான வாணிபத்தைப் பரவலாக்கிப் பலப்படுத்தினர். அவர்களே அவ்விரு நகரங்களிலுமிருந்த வாணிபர்கள் கீழைநாடுகளைக் கைப்பற்றும் தாகங்கொண்டவர்களாகி இன்றைய கணக்கின்படி நான்கு நூற்றாண்டுகள் கழிந்த பின்னும் டச்சுக்காரர்களின் கிழக்கிந்திய அரசியலுக்கு அடிப்படை அமைத்தவர்களும் அவர்களே.

இரயில் பயணக் களைப்பு தீருவதற்காகப் பாலக்காட்டில் நாங்கள் இருந்தாலும் பூலோக சொர்க்கமாக விளங்கும் இந்நிலப்பகுதியில் எமது எளிய நண்பர்களாகிய பறையர்கள் அனுபவிக்கும் இடர்ப்பாடுகளை வேறெந்தப் பகுதியிலுள்ளவர்களும் அனுபவிக்கவில்லையென்றுதான் கூறவேண்டும். சாதியப் பிரிவுகளுக்கு உட்பட்டவர்களின் வெறுப்பு மிகையான அளவில் அமைந்துள்ளது. பொதுச்சாலையில் பறையர் ஒருவர் நடந்து செல்லுகையில் தொலைவில் சாதி இந்து ஒருவர் வருவதைக் கண்ட மாத்திரத்திலேயே வினோதமான குரலெடுத்துக் கூவிட வேண்டுமென்னும் கட்டுப்பாடு நிலவுகிறது. மேலும் அச்சாதி இந்து தான் நிற்குமிடத்தைக் கடந்து செல்கையில் தனது மூச்சுக்காற்று அவர் மீது வீசிடாமலிருக்கும் வண்ணம் பறையர் திரும்பி வயல்வெளியைப்

பார்த்தவாறு தன் கைகளால் வாயைப் பொத்திக்கொண்டு நிற்க வேண்டும். 'மிஷனரிப் பாடல்' எனும் தலைப்பில் பேராயர் ஹூபர் (Bishop Heber) எழுதியுள்ள

"எல்லாச் செல்வங்களும்
கண்கவரும் வகையில் இருக்கிற
இடத்தில் மனிதன் மட்டும்
கொடூரமானவனாயிருக்கிறான்"

எனும் வரிகளைப் பறையர் ஒருவர் படித்தால் அது மேற்குக் கடற்கரையின் நிலையைச் சித்தரிக்கும் வரிகளென்று எண்ணிடுவாரென்றால் அவரைப் பேரளவுக்கு ஏற்றுக்கொள்ளலாம். பரிசுப்பட்டயத்தின் மறுபக்கத்தில் காணப்படுவனவற்றைக் குறிப்பாலுணர்த்தும் சித்திரமாக இது விளங்குகிறது. எவ்விதக் குறிப்பிட்ட நோக்கமின்றிப் பயணிக்கும் செல்வி எட்கர் போன்றவர்கள் அதன்மீது தனிக்கவனம் செலுத்தாமலிப்பதால் நாம் நமது கட்டுரைக்கே திரும்புவோம்.

வெப்பப்பகுதியெனும் அளவில் பலக்காடு நமக்கு இனிய தோற்றத்தைத் தருவதாய் அமைந்துள்ளது. அப்பகுதியிலுள்ள நம்முடைய நண்பர்களின் பரிவான நடத்தை அவ்வினிமைக்கு மேலும் மெருகூட்டியது. பால சமாஜம் அல்லது இந்து இளைஞர் சங்கம் (Hindu boy's societies) ஒன்றை இவ்விடத்தில் நிறுவினேன். தங்களது சமயத்தில் ஆர்வம் கொள்ளவும் பொதுக் காரியங்களை நிர்வகிக்கும் செயலில் இளந்தலைமுறையினருக்குப் பயிற்சியளிக்கவுமே அதை நிருவினேன். சுயஉதவித் திட்டத்தில் இளைஞர்களுக்குப் பயிற்சிளிப்பதுவே எனது எண்ணமாயிருந்தது. கல்வி பற்றிய உரையொன்றைப் பொதுக் கூட்டத்தில் கேட்டுத் தங்களுடைய காரியங்களைத் தாங்களாகவே நிர்வகிக்கத் தயார்படுத்த வேண்டும் என்பதே எனது திட்டம். ஊக்கமூட்டி தேவையான நூல்களை வழங்கி கூட்டம் நடைபெறும் மண்டபத்தின் வாடகையைச் செலுத்துவதுடன் அவசர காலங்களில் பின்பற்ற வேண்டிய மக்கிய வழிமுறைகள் பற்றிய ஆலோசனைகளை வழங்குவதற்காக மட்டுமே அவ்விளைஞர்கள் பெரியோரை அணுகவேண்டும். இளம் வயதினரின் ஆதரவையும் பெற்றோர்கள் மற்றும் பாதுகாவர்களின் ஆதரவையும் பெறுவதில் எனக்கு எந்த கஷ்டமும் ஏற்பட்டதில்லை. இவ்வாறு விதைக்கப்பட்ட விதை நல்ல பலனைத் தந்துவருகிறதென்று கூறுவதில் நான் மகிழ்ச்சியடைகிறேன்.

ஜூலை 25 ஆம் நாளில் பிற்பகல் 4:00 மணியளவில் செல்வி எட்கர் தமது கடைசி உரையை நிகழ்த்தினார்கள். அன்றிரவு 7.30 மணிக்கு

ரயில் மூலம் சேலம் செல்லப் புறப்பட்டோம். இரவுப்பொழுது ரயிலிலே கழிந்தது. மறுநாள் காலைப் பொழுதில் சேலம் சென்றடைந்த போது எங்களுக்கு அழகுமிளிரும் இனிய வரவேற்பு கொடுக்கப்பட்டது. அங்கு நாங்கள் தொடர்பு கொண்ட கிளையானது இந்தியப் பகுதியில் மிக அதிகமான ஆற்றல் கொண்டதாயும் பயனுள்ளதாயும் விளங்கும் சங்கக்கிளைகளில் ஒன்றாக விளங்கியது. அதன் தலைவராகச் செயல்பட்ட துணை ஆட்சித்தலைவர் பொறுப்பு வகித்த திரு.டி.என்.இராமச்சந்திர ஐயர் B.A. தன்னேரில்லாத் திறமையும் அருங்குணமும் கொண்ட மனிதராவார். தமது அரசு அலுவலகத்தின் நடவடிக்கைகளை நடத்தும் அதே திறத்துடன் தமது பொறுப்பிலிருந்த கிளையையும் நடத்திவந்ததின் விளைவாகத் திறமைமிக்க ஊழியர்களின் கூட்டமைப்பு ஒன்று மிக விரைவிலேயே நிறுவப்பட்டது. அதனுடைய தாக்கம் நாட்டின் பெரும் பகுதிகளில் பரவிற்று.

என்னுடைய வாசகர்கள் அறிந்துள்ள வண்ணம் வரவேற்புரை நிகழ்த்தி மக்களின் கவித்துவமான மனப்பாங்கைக் குறிக்கும் வகையில் மணம்வீசும் மலர்களால் ஆன மாலைகளை விருந்தினருக்கு அணிவிப்பது இந்தியாவிலுள்ள வழக்கமாகும். அந்நாளில் சேலம் கிளையினர் செல்வி எட்கருக்கு இனிய சொற்கால் ஆக்கப்பட்ட வரவேற்பிதழை உயர்வான அலங்கரிக்கப்பட்ட வெள்ளிக்குழலில் வைத்து வழங்கினார்கள். அக்குழலின் இரு முனைகளிலும் இந்துக் கடவுளர்களின் உருவங்கள் இடம்பெற்றிருந்தன.

நம்முடைய மக்கள் செல்வி எட்கரை ஒரு வளமனை (bangalow)யிலும் அதனருகாமையில் அமைந்திருந்ததொரு கூடாரத்திலும் தங்கவைத்தனர். காலை 8.00 மணி முதல் 9 மணி வரை நமது கிளை அலுவலக அறைகளில் ஒரு கலந்துரையாடல் நடந்தது. மாலை 4 மணிக்குத் திரளான கூட்டத்தினர் நிரம்பியிருந்த நகராட்சி மண்டபத்தில் 'தியோசாபி பற்றிய பறவைப் பார்வை' எனும் தலைப்பில் செல்வி எட்கர் உரையாற்றினார்கள். கடுமையான வெப்பப் பகுதியாக அந்நகரம் இருந்த போதிலும் நான் ஏராளமான கடிதங்களை எழுதினேன். மறுநாளாகிய ஜூலை 27ஆம் நாளிலும் வழக்கமான அதே திட்டத்துடன் காலைப் பொழுதில் கலந்துரையாடல், மாலையில் கூடும் மண்டபம் நிரம்பி வழியத்தக்க அளவில் கூடுவோர் முன்னிலையில் செல்வி எட்கரின் சொற்பொழிவு எனச் செயல்பட்டோம். இதற்கிடையே குறிப்பிட்ட சில இடங்களில் வரவேற்பு நிகழ்ச்சிகளும் நடைபெற்றன. மாலையில் நடந்த பொதுக்கூட்டத்தில் அரங்கு நிறைந்த மக்களின் கைதட்டல் ஒலி எதிரொலித்தது. அதற்கு அடுத்த நாளில் எமது நிகழ்ச்சி நிரலில்

சில மாறுதல் ஏற்பட்டது. நாங்களிருவரும் இந்து மாணவர்கள் நிறைந்த கூட்டத்தில் உரையாற்றி, 'இளையோர் சங்கம்' எனும் அமைப்பைத் தொடங்கினோம். இரவு 10.00 மணிக்கு நண்பர்கள் புடை சூழ இரயில்வே நிலையத்துக்குச் சென்று, கவலையுடன் பிரிந்து அங்கிருந்த இரு ஓய்வறைகளில் தங்கி ஓய்வெடுத்தோம். மறுநாள் அதிகாலை 3.30 மணியளவில் எமது அடுத்த மையமான கரூர் செல்வதற்கு இரயிலில் ஏறினோம்.